रोजच्या जीवनातील कायदे

नितीन मस्के

Copyright © Nitin Maske
All Rights Reserved.

This book has been published with all efforts taken to make the material error-free after the consent of the author. However, the author and the publisher do not assume and hereby disclaim any liability to any party for any loss, damage, or disruption caused by errors or omissions, whether such errors or omissions result from negligence, accident, or any other cause.

While every effort has been made to avoid any mistake or omission, this publication is being sold on the condition and understanding that neither the author nor the publishers or printers would be liable in any manner to any person by reason of any mistake or omission in this publication or for any action taken or omitted to be taken or advice rendered or accepted on the basis of this work. For any defect in printing or binding the publishers will be liable only to replace the defective copy by another copy of this work then available.

अनुक्रमणिका

1

वाहन अपघात आणि कायदे

रोजच्या जीवनात प्रत्येक व्यक्ती १८ वर्षे पुर्ण झाले की वाहन खरेदी करतात, वाहन हे वाहतुकीचे साधन आहे कामाला ये-जा करणे, कॉलेजला जाणे, फिरायला जाणे इत्यादी इतर कामासाठी वाहन लागते व आपण वाहनांचा उपयोग करतो. वाहनांमध्ये अनेक प्रकार येतात दुचाकी, मोटार कार, बस, टेम्पो इत्यादी वाहनांचे प्रकार असतात.

वाहन चालवण्यासाठी वाहन चालक परवाना हा प्रमुख घटक मानला जातो, वाहन परवाना मिळवण्यासाठी तुम्हाला जवळील *RTO* कार्यालयात अर्ज करवा लागतो तेथे त्यांना परीक्षा द्यावी लागते तसेच अधिकारी यांना वाहन चालवून दाखविल्या नंतर तुम्हाला वाहन परवाना मिळत असतो. वाहन परवाना नसणे हा कायदेशीर गुन्हा आहे विना वाहन परवाना वाहन चालविताना पोलिसांना सापडून आले तर रकमेचा दंड तुमच्याकडून घेवू शकतात तसेच वाहन परवाना असणारी व्यक्ती सोबत असेल तरच वाहन पोलीस परत करतात तो पर्यंत पोलीस वाहन त्यांच्या ताब्यात ठेवू शकतात. तसेच *Maharashtra Motor Vehicle Act* नुसार तुम्ही जर दंडाची रक्कम देण्यास नकार दिला तर विना परवाना वाहन चालविणे तसेच अनेक कलमांतर्गत तुमच्यावर पोलीस अधिकारी कोर्ट कारवाही करू शकतात त्यामुळे गाडी चालवत असताना कायद्याचे उल्लंघन केल्यास दंड भरणे योग्य असते.

वाहन चालक परवाना सोबत असणे बंधनकारक असते परंतु *Information Technology Act (IT Act)* नुसार केंद्रीय शासन यांनी २०१८ रोजी प्रसिद्ध केलेल्या राजपत्र अनुसार तुम्ही तुमचे वाहन परवाना, गाडीचे कागद पत्रे व इतर कागदपत्रे *m.parivahan, digilocker* या मोबाईल ॲप मध्ये जतन करून ट्राफिक पोलिसांना दाखवू शकता व कायद्याने त्याला मान्यता देण्यात आलेली आहे.

अनेक वेळा असे दिसून येते की ट्राफिक पोलीस यांच्यासोबत अनेक जन विनाकारण हुज्जत घालत भांडण करतात, पोलीस अधिकारी हे देखील माणूस असल्यामुळे अनेकांना सोडून देतात. परंतु आपण हे विसरता कामा नये की, पोलीस हे सरकारी नोकरदार असतात तुम्ही जर विनाकारण हुज्जत घालणे, शिवीगाळ करणे, मारामारी करणे असे प्रकार केले तर हे तुम्हाला महागात पडू शकते. त्यामुळे पोलिसांशी हुज्जत घालणे टाळावे अन्यथा भारतीय दंड संहिता, १८६० कलम ३५३ नुसार सरकारी कामात अडथळा हा गुन्हा नोंदविला जातो. तसेच सरकारी कामात अडथळा हा गंभीर स्वरूपाचा दखलपात्र गुन्हा असून यामध्ये आरोपीस अटक करण्यात येते. तुम्हाला कारागृहात देखील पाठवले जाते त्यानंतर वकिलांमार्फत कोर्टात जामीन करून तुम्हाला तातपुरते जामिनावर सोडले जाते, सरकारी कामात अडथला हा गुन्हा मे. जिल्हा सत्र न्यायालयात चालविण्यात येतो तसेच हा खटला चालण्यासाठी कमीत-कमी ३ वर्षे व त्यापेक्षाही जास्त कालावधी लागतो त्यामुळे लोकांचे वेळ, पैसा वाया जातो तसेच मानसिक त्रासाला सामोरे जावे लागते. अनेक वेळा सरकारी कामात अडथळा या गुन्ह्यात अनेकांना शिक्षा देखील लागलेल्या आहेत. त्यामुळे शक्यतो पोलिसांशी वाद घालणे टाळावे तुम्ही चुकला असाल तर कायद्यानुसार दंडाची रक्कम भरा. जर पोलीस अधिकारी जाणूनबुजून तुम्हाला त्रास देत असतील अथवा चुकीच्या पद्धतीने तुमच्याकडून दंड वसुली करत असतील तर त्यांची तक्रार तुम्ही वरिष्ठ पोलीस यांच्याकडे लेखी करू शकता. तसेच तुम्हाला दंड मान्य नसेल तर *Maharasthtra Motor Vehicle Act* नुसार कोर्ट कारवाही करण्याची विनंती पोलिसांना करा हे गुन्हे किरकोळ स्वरूपाचे असतात कोर्टात तुम्ही दंड भरून सुटू शकता.

रोजच्या जीवनात आपण वाहन चालवतो, रोडला आपण पाहतो की रोज अनेक अपघात होताना दिसतात त्यामध्ये वाहनाचे नुकसान झालेले दिसते, अनेकांना कायमस्वरूपाचे अपंगत्व आलेले असते, अनेकांचे अपघातामध्ये मृत्यु देखील झालेले दिसतात. त्यामुळे वाहने व्यवस्थित जीव मुठीत धरून चालवावी लागतात.

रोज कितीतरी वाहन अपघात घडत असतात परंतु आपल्याला कायदे माहित नसल्याकारणामुळे अनेक वेळा आपल्याला मानसिक त्रासाला सामोरे जावे लागते.

अनेक प्रकरणामध्ये एखादी व्यक्ती व्यवस्थित वाहन चालवीत असतो परंतु दुसरा व्यक्ती हा चुकीच्या पद्धतीने वाहन चालवून वाहनला धडक देवून वाहनाचे नुकसान करतात.

उदा. कार चालक रोडने चालवीत असताना अचानक मागून टेम्पोने धडक दिली, यात कारचे नुकसान झाले व कोणाला काही दुखापत झाली नाही.

या प्रकरणामध्ये जेव्हा वाहन अपघात होतात तेव्हा भारतीय दंड संहिता, १८६० कलम २७९, ३३७, ४२७ तसेच Motor Vehicle Act या अंतर्गत गुन्हा नोंदवून फौजदारी कारवाही करता येते. जेव्हा कधी अपघात होईल तेव्हा सर्व प्रथम पोलीस मदत क्रमांक १०० तसेच महामार्ग पोलीस यांना सर्व प्रथम फोन करून पोलिसांना सदरील अपघाताची माहिती द्यावी. टेम्पो चालकाचा व वाहनाचा फोटो काढून घ्यावा व कार चालकाने देखील सदर गाडीचे नुकसानीचे फोटो काढून घ्यावे, दोन्ही पार्टी आपसात नुकसान भरपाई देत असेल तर सदर प्रकरण तडजोड करून मिटवने योग्य असते. जर तडजोड करून प्रकरण मिटत नसेल तर संबंधित जवळील पोलीस ठाणे मध्ये कार चालकाने गुन्हा नोंद करून घेणे. कार चालक टेम्पो चालक विरुद्ध गुन्हा दाखल करू शकतो. यामध्ये टेम्पो चालकास अटक करण्याचे अधिकार पोलिसांना असतात तसेच कोर्टात जामीन घेवून सुटका होते परंतु सदर खटला हा ३-४ वर्षे कोर्टात चालतो त्यामुळे टेम्पो चालकास प्रचंड मानसिक त्रासाला सामोरे जावे लागते. त्यामुळे तुमची चुकी असेल तर वाहनाची नुकसान भरपाई देणेच योग्य आहे.

अनेक वाहन अपघात मध्ये चालकास व प्रवासी कायमस्वरूपी अपंगत्व येते

उदा. कार चालकाने बाईकला धडक दिली व त्यामध्ये बाईक चालकाचे डावा पाय मोडला व त्यामुळे भविष्यात कधीही चालू शकत नाही अशी दुखापत झाली.

यामध्ये कार चालकावर आपण Indian Penal Code व Motor Vehicle Act नुसार फौजदारी गुन्हा नोंद होते. तसेच पायाच्या अपंगत्वासाठी Accidenct Tribunal मध्ये नुकसान भरपाई मिळणेकामी केस दाखल करू शकतो. तसेच प्रतिवादी कार चालक व वाहनाचा विमा असणाऱ्याला कंपनीला प्रतिवादी बनवण्यात येते. कोर्ट दोन्ही बाजू येकूण बाईक चालकास नुकसान भरपाई देतात. मे. कोर्ट नुकसान भरपाईची रक्कम अपंगत्व पाहून ठरवते व ती रक्कम केस दाखल करणाऱ्यास देण्यात येते. त्यामुळे वाहन अपघातामध्ये कोणाचे नुकसान झाले असेल तर तडजोड करून देण्यात यावे. नुकसान भरपाई रक्कम जास्त असेल आणि वाहनाचा Insurance असेल तर प्रकरण कोर्टामार्फत मिटवावे. वाहनाचा Insusrance असेल तर सर्व नुकसान भरपाई Insurance कंपनी देते. त्यामुळे प्रत्येक वाहनाचा विमा प्रत्येक वर्षी काढणे हे कधीही फायद्याचे ठरते.

अनेक वाहन अपघातांमध्ये मृत्यू होतो.

उदा. कार चालकास ट्रक चालक जोरात धडक देतो, त्यामध्ये कार चालकाचा मृत्यू होतो. अथवा ट्रकने रोड वरून चालणाऱ्या इसमाला उडवले त्यात त्या इसमाचा मृत्यू होतो.

अशा प्रकरणामध्ये वाहन चालकावर फौजदारी गुन्हा नोंदविला जातो. पोलीस सदर गुन्हा नोंद करून त्यावर तपास करून कोर्टात दोषारोप दाखल करतात. तसेच मृत व्यक्तीचे नातेवाईक आई-वडील, मुलगा,

मुलगी, पत्नी इत्यादी मृत व्यक्तीची नुकसान भरपाई मिळावी यासाठी *Accident Claim Tribunal* मध्ये नुकसान भरपाई मिळावी याकामी कोर्टात केस दाखल करू शकतात. दोन्ही बाजू ऐकून कोर्ट मयत व्यक्तीच्या नातेवाईकांना नुकसानभरपाई देतात.

त्यामुळे वाहन व्यवस्थित चालवा. सुरक्षित रहा. कायद्याचे पालन करा.

2

घरगुती हिंसाचार आणि कायदे

घरगुती हिंसाचाराला नेहमीच विवाहित महिलांना सामोरे जावे लागते. लग्न झाल्या नंतर पती, सासू-सासरे, नणंद, जाव, दीर असे मिळून विवाहितेचा मानसिक शारीरिक छळ करतात त्याला कौटुंबिक हिंसाचार असे म्हटले जाते. सध्या आपला समाज हा सुशिक्षित आहे त्यामुळे बऱ्याच महिलांना कायदे चांगल्या प्रतीने माहित आहेत. विवाहित महिलांच्या होणाऱ्या छळ थांबिण्यासाठी तसेच संरक्षण होण्यासाठी स्त्रियांच्या होणाऱ्या कौटुंबिक छळास प्रतिबंध करण्यासाठी केंद्र शासनाने कौटुंबिक हिंसाचारापासून महिलांचे संरक्षण अधिनियम लागू केला. परंतु कायद्याची माहिती नसेल तर त्याचा पीडित महिला लाभ घेवू शकत नाही. कौटुंबिक हिंसाचार कशास म्हणावे हे सर्वसामान्यांना समजावे व त्यावर कोणती कारवाई केली जाऊ शकते आणि कसे करावे याची माहिती आपण जाणून घेऊया.

घरगुती हिंसाचार म्हणजे शारीरिक, लैंगिक, मानसिक, शाब्दिक, किंवा आर्थिक छळ, हुंडा किंवा मालमत्ता देण्यासाठी महिलेला अपमानित करणे, तिला शिवीगाळ करणे, अपत्य नसल्यामुळे तिला हिणवणे किंवा धमकावणे, त्रास देणे, दुखापत करणे, जखमी करणे किंवा पीडित महिलेचा जीव धोक्यात आणण्यास भाग पाडणे किंवा तिच्या कोणत्याही नातेवाईकाकडे हुंड्याची मागणी करणे व या सर्व

गोष्टींचा दुष्परिणाम पीडित व्यक्ती अथवा तिच्या नातेवाईकांवर होणे तसेच आर्थिक छळ करणे म्हणजे महिलेचे स्वतःचे उत्पन्न, स्त्रीधन, मालमत्ता किंवा इतर आर्थिक व्यवहार किंवा तिच्या हक्काच्या कोणत्याही मालमत्तेपासून तिला वंचित करणे, घराबाहेर काढणे या बाबींना कौटुंबिक हिंसाचार म्हटले जाते. तसेच मे. उच्च न्यायालय आणि माननीय सर्वोच्च न्यायालय यांनी अनेक प्रकरणामध्ये कौटुंबिक हिंसाचार याच्या व्याख्या अनेक प्रकरणामध्ये उल्लेख केलेला आहे.

घरगुती हिंसाचार अधिनियम हे भारतातील महिलांसाठी इतिहासातील खूप महत्त्वाचा टप्पा होय. "घरगुती हिंसाचार" हा स्त्रियांविरुद्ध हिंसाचार अथवा कौटुंबिक हिंसाचार असेही ओळखले जाते. हि गोष्ट सर्वांना माहित आहे की पूर्वीपासून ते आजपर्यंत स्त्री वर अत्याचार क्रूरता होत आली आहे.

विवाहीत स्त्रीच्या सासरी हुंडा ही बाब कथितपणे सर्वांत महत्वाची बाब तिच्या विरुद्ध क्रूरता व अत्याचाराकरीता ठरली आहे. घरगुती हिंसाचारच्या घटना भारतात सार्वत्रिक असे आहे. परंतु त्या घटना सार्वजनिकरीत्या अदृश्य राहील्या. दिवाणी कायद्यात अश्या घटनेबाबत व्यापकपणे भाष्य केले गेले नाही. सध्या एकाद्या स्त्री विरुद्ध तिच्या पतीने किंवा त्याच्या नातेवाईकांना क्रूरतेचे कृत्य केल्यास, भा.द.वि च्या कलम ४९८ नुसार असे कृत्य ठरते.

घरगुती हिंसाचाराचेबळी ठरणाऱ्या स्त्रियांना संरक्षण देण्याकरीता व अश्या घटना समाजात घडण्यापासून टाळण्याकरीता, तसेच स्त्रियांना घरगुती हिंसाचारापासून संरक्षणाकरीता, दिवाणी कायद्यात उपयांची तरतुद करण्यासाठी संसदेत विधेयक मांडण्यात आले.

त्यानुसार " घरगुती हिंसाचारापासून स्त्रियांचे संरक्षण अधिनियम, २००५ " दिनांक २६ ऑक्टोबर २००६ पासून अंमलात आला आणि प्रथमच, घरगुती हिंसाचार या सदन्येची व्याप्ती खऱ्या अर्थाने वाढली

आणि त्यानुसार " घरगुती हिंसा" हे दंडनीय अपराध आहे. यांस मान्यता मिळाली. घरगुती हिंसाचार अधिनियम २००५ नुसार प्रथमच " हिंसाचार मुक्त घर" स्त्रीच्या, या हक्कास अधिकृतपने मान्यता मिळाली. हा कायदा म्हणजे स्त्रियांच्या मानवी हक्कांना, 'घर' जेथे हिंसाचाराचे प्रमुख स्थान राहिले आहे, त्या आवाक्यात आणण्यासाठी टाकलेले पहिले पाऊल होय.

या अधिनियमाचा प्रमुख उद्देश म्हणजे स्त्रियांना विविध अधिकारांना प्रभावीपणे अंमलात आणणे आणि कुटुंबात होणार्‍या कोणत्याही प्रकारच्या हिंसाचारापासून संरक्षण प्रदान करणे हे होय. स्त्रीस घरात रहाण्याचा अधिकार भरणपोषणाचा अधिकार, मुलांची अभिरक्षा, आर्थिक भरपाई इत्यादी अनुतोष या कायद्याअंतर्गत दिलेली आहे.

या अधिनियमा अंतर्गत घरगुती हिंसाचाराचे प्रकार पाहूया

शारीरिक छळ : शारीरिक छळात मारहाण, तोंडात मारणे, चावणे, लाथ मारणे, गुद्दे मारणे, ढकलणे, लोटणे (जोराचा धक्का मारणे), इतर कोणत्याही पध्दतीने शारीरिक दुखापत किंवा वेदना देणे या बाबींचा शारीरिक छळात समावेश होतो.

-लैंगिक अत्याचार: लैंगिक अत्याचारामध्ये जबरदस्तीने समागम करणे, अश्लिल फोटो काढणे, बिभत्स कृत्य जबरदस्तीने करावयास लावणे, तुमची समाजातील किंमत कमी होईल या दृष्टीने अश्लील चाळे करणे किंवा तुमची बदनामी करणे किंवा अनैसर्गिक अश्लिल कृत्य करणे याबाबींचा समावेश होतो.

तोंडी आणि भावनिक अत्याचार : तोंडी आणि भावनिक अत्याचार जसे अपमान करणे, वाईट नावाने बोलावणे, चारित्र्याबद्दल संशय घेणे, मुलगा झाला नाही म्हणून अपमान करणे, हुंडा आणला नाही म्हणून अपमान करणे. महिलेला किंवा तिच्या ताब्यात असलेल्या मुलाला

शाळेत, महाविद्यालयात किंवा इतर शैक्षणिक संस्थांमध्ये जाण्यास मज्जाव करणे, नोकरी स्वीकारण्यास व करण्यास मज्जाव करणे, स्त्रीला व तिच्या ताब्यात असलेल्या मुलाला घरामधून बाहेर जाण्यास मज्जाव करणे, नेहमीच्या कामासाठी कोणत्याही व्यक्तीबरोबर भेटण्यास मज्जाव करणे, आत्महत्येची धमकी देणे इतर कोणतेही भावनात्मक किंवा तोंडी अपशब्द वापरणे यांचा समावेश होतो.

आर्थिक अत्याचार : आर्थिक अत्याचारात हुंड्याची मागणी करणे, महिलेच्या किंवा तिच्या मुलांचे पालन –पोषणासाठी पैसे न देणे, महिलेला किंवा तिच्या मुलांना अन्न, वस्त्र, औषधे इत्यादी न पुरविणे, नोकरीला मज्जाव करणे, नोकरीवर जाण्यासाठी अडथळा उत्पन्न करणे, नोकरी स्वीकारण्यास संमती न देणे, पगारातून रोजगारातून आलेले पैसे काढून घेणे, महिलेला तिचा पगार, रोजगार वापरण्यास परवानगी न देणे, राहात असलेल्या घरातून हाकलून देणे, घराचा कोणताही भाग वापरण्यास किंवा घरात जाण्यास, येण्यास अडथळा निर्माण करणे, घरातील नेहमीचे कपडे, वस्तू वापरण्यापासून रोखणे, भाड्याच्या घराचे भाडे न देणे इत्यादी बाबींचा समावेश आर्थिक अत्याचार मध्ये होतो.

घरगुती हिंसाचाराची व्याख्या अधिनियमाच्या कलम ३ मध्ये विस्तृत पणे करण्यात आले आहे. या अधिनियमाच्या अंतर्गत कोणतेही कृत्य किंवा कोणतेही वर्तन त्यामुळे पिडीत महिलेस शारीरिक तसेच मानसिक रित्या नुकसान किंवा इजा पोहोचेल किंवा ज्यामुळे तिच्या जीवास आणि आरोग्याच्या सुरक्षितेस धोका निर्माण करणारी असेल, असे कृत्य किंवा वर्तन घरगुती हिंसाचाराच्या अंतर्गत येते, त्यात क्लेश, धमकी, अनाचार, हुंडा, किंवा संपतीच्या अयोग्य (अनुसुचितपणे) मागणी आणि पीडीत व्यक्तींच्या सुरक्षिततेस धोका यांचा ही समावेश आहे. शारीरिक शोषण, मानसिक शोषण, आर्थिक शोषण, भावनात्मक शोषण आणि लैंगिक शोषण या अंतर्गत येतात. कोणतीही अशी स्त्री जि घरगुती हिंसाचाराने व्यथित आहे ति स्त्री या कायद्याअंतर्गत न्यायालय तक्रार करू शकते. यामध्ये घरगुती नाते संबंध म्हणजे काय तर घरगुती नात्याचा अर्थ समगोत्रता विवाह,

विवःच्या स्वरूपाने नाते, दत्तक संबंध अथवा संयुक्त परिचर असा आहे, जेथे दोन्ही पक्ष घरात एकत्र राहतात त्याला घरगुती नाते संबंध असे म्हणतात. हा अधिनियम अंतर्गत जर स्त्री जिचे विवाह झाले नाही, परंतु ती त्याच्या सोबत राहत असेल अशी स्त्री जि दुसर्‍या पक्षा (व्यक्ती) सोबत विवाह स्वरूप समान नात्याने संबंधित असेल, अशा स्त्रीला या अधिनियमांतर्गत संरक्षण प्राप्त आहे.

सामाईक घर म्हणजे काय तर ज्यांत पिडीत महिला दुसर्‍या पक्षा सोबत घरगुती संबंधा मुळे राहत आहे किंवा राहत होती. यांत भाडेतत्वावरील किंवा स्वताचे घर किंवा सामाईक मिळकत ज्यात पिडीत किंवा प्रतिवादीचा कोणताही अधिकार असेल अशाचा ही समावेश आहे. नुकतेच डिसेंबर २००६ मध्ये सर्वोच न्यायालयाने एक निर्णय दिला आहे. ज्यानुसार सामाईक घराच्या व्याख्येत कोणत्याही महिलेच्या सासू द्वारा अर्जित (प्राप्त / संपादित)वैयक्तिक मिळकतीचा समावेश होत नाही.

एकत्र कुटुंबात राहणाऱ्या महिला-बहिण, विधवा आणि आईला सुद्धा या अधिनियमांतर्गत संरक्षण प्रदान करता येईल.

प्रतिवादीच्या अर्थचा संबंध कोणत्याही अहसा प्रौढ पुरुष व्यक्तीशी आहे ज्याच्या पिडीत महिलेशी कौटुंबिक नातेवाईकांतर्गत घरगुती नाते आहे आणि ज्यांच्या विरुद्ध पीडी निवारण दाद (अनुतोष) मिळविण्यासाठी या अधिनियमांतर्गत निवेदन (अर्ज) करण्यात आले आहे अशी व्यक्ती.

हा अधिनियम केवळ महिलांना घरगुती हिंसाचार पासून संरक्षण प्राप्त करून देतो. पती/पुरुष सहकारी ज्यांच्यावर अन्य पुरुष किंवा महिला सदस्य द्वारा कोणत्याही स्वरूपाने नुकसान, हानि किंवा सतावणी करण्याचा आरोप आहे. त्याला अधिनियमांतर्गत कोणत्याही प्रकारची सुरक्षितता प्रदान करण्यात आली नाही.

घरगुती हिंसाचारापासून पीडितांना सेवा प्रदान करण्यासाठी सुरक्षा अधिकारी आणि अशासकीय संस्था यांची नियुक्ती करण्यात आली आहे.

सुरक्षा अधिकारी म्हणजे असा अधिकारी ज्याची नियुक्ती या अधिनियमांच्या अंतर्गत प्रत्येक जिल्ह्यात राज्य शासना द्वारे करण्यात आली आहे. सुरक्षा अधिकाऱ्यांची संख्या ज्या त्या क्षेत्राच्या आवश्यकतेवर अवलंबून आहे. सुरक्षा अधिकारी घरगुती हिंसाचाराच्या प्रकरणात एक महत्वपूर्ण भूमिका निभावू शकतो. घरगुती हिंसाचारापासून पिडीत सर्व स्त्रियांना संरक्षण व पीडा निवारणांची खात्री देण्याकरीता सुरक्षा अधिकारीच मुख्य व्यक्ति आहे. त्याचे कर्तव्य खालील प्रमाणे.

या अधिनियमांतर्गत न्याय दंडाधिकारीच्या आदेशांचे अनुपालन करणे आणि त्या अधेशांच्या अंमलबजावणी करिता पिडीत महिलेस साहाय्य करणे.

घरगुती हिंसाचारच्या अहवाल दंडाधिकारीस सादर कारणे.

पिडीत महिलेस अर्ज तयार करण्यास मदत कारणे.

विधी सेवा प्राधिकरण अधिनियम १९८७ अंतर्गत पिडीत महिलेस विधी सेवा उपलब्ध करून देणे.

जर पिडीत व्यक्तीस इजा झाल्यास, तिची वैद्यकीय तपासणी करवून घेणे.

सेवा प्रदान करणाऱ्या संस्थाची सूची तयार करणे.

आवश्यक असल्यास, पिडीत महिलेकारिता सुरक्षित आश्रयाची व्यवस्था कारणे.

जर दंडाधिकारी द्वारा पिडीत महिलेस आर्थिक अनुतोष मंजूर करण्यात आल्यास, त्या बद्दलची अंमलबजावणी करवून घेणे.

या कायद्या अंतर्गत सुरक्षा प्राप्त करण्याची प्रक्रिया पाहूया

पिडीत व्यक्ती सुरक्षा अधिकारी अथवा पिडीत व्यक्तीच्या आधारावर कोणतीही अन्य व्यक्ती दंडाधिकारया समक्ष/ मे.कोर्टात पीडा निवारण करीता आणि संरक्षण प्राप्त करण्याकरीता आवेदन (अर्ज) करू शकते. पीडित व्यक्ती आणि प्रतिवादीची सुनावणी केल्यानंतर दंडाधिकारी या बाबत योग्य आदेश परित करू शकतात.

सुरक्षा आदेश,

निवास संबंधी आदेश,

अन्य आर्थिक अनुतोष, जसे कि संपादन (उत्पन्न) संबधी हमि, वैद्कीय खर्च, संपत्तीचे नुकसान, भरण पोषण इत्यादी कारणांकरिता आर्थिक अनुदोष.

अंतिम अभिरक्षा आदेश,

क्षतिपूर्वी आदेश जसे कि इजे मुळे होणारे नुकसान ज्यांत मानसिक व भावनिक हानि जे पीडीत व्यक्तीच्या दुखने कारण आहे. त्यांच्या सुद्धा समावेश आहे.

या अधिनियमाच्या अंतर्गत पीडीत व्यक्ती इतर कोणते कोणते अनुतोष प्राप्त करू शकते

पीडीत व्यक्ती संयुक्त कुटुंबात रहाण्यास हक्कदार आहे. तिच्या कोणत्याही अधिकार असो वा नसो, मिळकत तिच्या नावावर असो वा नसो, अन्य कायद्या अंतर्गत इतर आदेश होईपर्यंत तिला तेथून कोणीही काढू शकत नाही. या व्यतिरिक्त पिडीत व्यक्ती स्वःत किंवा त्या व्यक्तिला सेवा प्रदान करणारी व्यक्ती, आश्रय गृहाच्या प्रभारींना विनंती करून, पीडीत व्यक्तीस आश्रय उपलब्ध करून दिले जाईल. जर आवश्यक असल्यास, तिला वैद्कीय संबंधी सुविधा संबंधित प्रभारीकडून, तिच्या विनंतीवरून उपलब्ध करून दिले जाईल.

या अधिनियमाच्या अंतर्गत न्यायालयाने दिलेले आदेश अवमान केल्यास काय तरतूद आहे पाहूया.

सुरक्षा आदेशांच्या अवमान केल्याच्या कारणावरून रुपये २०,०००/- चा दंड आणि एक वर्षाचा तुरुगंवासाची शिक्षा होऊ शकते. सुरक्षा आदेश एक संज्ञेय आदेश असून त्या आदेशाचा अवमान अ जामीनपात्र गुन्हा आहे.

कौटुंबिक हिंसाचारांच्या प्रकरणात अवलंबिण्यात येणारी कार्यपद्धती आणि न्यायालयांच्या आदेशांची अंमलबजावणी

१. तक्रार कोठे करावी

व्यथित व्यक्ती संरक्षण अधिकार प्रोटेक्शन अधिकारी / पी.ओ किंवा सेवा पुरविणारे (सर्विस प्रोवाईडर / एस. पी) यांच्याकडे घरगुती हिंसाचाराची तक्रार घेऊन जाऊ शकतो जि तक्रार घटना अहवाल डोमेस्टीक इन्सिडंट रिपोर्ट या मध्ये नोंदविली जाते. त्यानंतर त्याच्या प्रती संबंधीत न्यायदंडाधिकारी, स्थानिक पोलिस ठाणे आणि सेवा पुरविणारी संस्था यांच्याकडे पाठविल्या जातात.

२. या अधिनिय अंतर्गत अर्ज करण्याची कार्यपद्धती

जर व्यथित व्यक्तिस कायदेशीर कार्यवाही सुरु करावयाची असेल तर त्यानुसार अर्ज व त्यासोबत घरगुती घटना अहवाल (डी.आय.आर) संरक्षण अधिकारी (पी.ओ.) द्वारा न्यायालयात दाखल करण्यात येते.

ज्या प्रकरणांत व्यथित व्यक्ती थेट न्यायालयांत गेली असल्यास अशा प्रकरणात, न्यायालय, अर्ज प्राप्त झाल्यानंतर संरक्षण अधिकारी (पी.ओ) घरगुती घटना अहवाल (डी.आय.आर.) ची नोंद करून ती दाखल करण्याचे निर्देश देते.

अंतरिम दाद किंवा एकतर्फी वादी आदेश मंजूर होण्याकरीता प्रतिज्ञापत्र अर्जासोबत दाखल करावे.

घरगुती हिंसाचार अधिनियम अंतर्गत कार्यवाही न्यायिक दंडाधिकारी, प्रथम वर्ग किंवा महानगर दंडाधिकारी, ज्यांच्या स्थानिक हद्दीत, दोन्ही पैकी, कोणीही पक्षकार रहात असेल किंवा लाभाकरीता नोकरी करीत असेल किंवा जेथे घरगुती हिंसाचाराची कथित घटना घडली असेल, त्यांच्या न्यायालयात दाखल करण्यात येते.

फौजदारी प्रक्रिया संहिता कलम १२५ खालील प्रकरणांकरीता जि पद्धती विहीत केली आहे. सर्वसाधारण पणे, तीच पद्धती घरगुती हिंसाचार अधिनियमातर्गत अर्ज करीता अवलंबविण्यात येते

३. नोटीस (सूचना) ची अंमलबजावणी

अर्ज प्राप्त झाल्यानंतर, न्यायालयानी उत्तरवादिंना म्हणजेच विरुद्ध पक्षकारांना न्यायालयात हजर होण्याकरीता नोटीस निर्गमित करावे आणि संरक्षण अधिकारी (पी.ओ) यांची जबाबदारी अशी की त्यांनी खात्री करवी की अर्ज दाखल झाल्याच्या तारखेपासून दोन दिवसांच्या आत नोटीसची बजावणी होईल.

४. न्यायचौकशी

एकदा नोटीसची बजावणी झाली की न्यायचौकशीचा आरंभ प्रथम सुनावणीने होतो. उत्तरवादीस (विरुद्ध पक्षकारास) कैफयित सादर करण्याची संधी दिल्यानंतर, शपथ पत्राद्वारे पक्षकार आपापले पुरावे सादर करू शकतात. न्यायालय व उलटतपासणी करीता पक्षकारांच्या साक्षीदार साक्षीदारांस हजर राहण्यास फर्मावू शकते. जर उत्तरवादी हजर रहाण्यास कसूर केल्यास, न्यायालय त्यांच्या विरुद्ध एकतर्फी निकाल / आदेश पारित करू शकतात. कार्यवाहीच्या कोणत्याही टप्प्यावर अंतरिम आदेश पारित करता येईल.

५. आदेश

सर्व साक्षी पुरावे यांची नोंद झाल्यानंतर न्यायालय, अंतिम निकाल देते त्याची अंमल बजावणी भारतातील कोणत्याही भागात करता येईल. न्यायालयीन संरक्षण अधिकारी व पोलीस यांना आदेशाची अंमलबजावणी होण्याच्या दृष्टीने सहाय्य देण्यास निवेद देऊ शकेल.

६. अदेशोत्तर

संरक्षण आदेशाच्या भंगाची कृती, दखलपात्र आणि अजामीनपात्र असा आहे. घरगुती हिंसाचार अधिनियम, २००५ च्या कलम ३१ अंतर्गत गुन्हा आहे. आणि फौजदारी प्रक्रिया संहिते अंतर्गत अपेक्षित वॉरंट प्रोसिजर (अधिपत्र कार्यपद्धती), आदेशभंगाच्या प्रकरणात अनुसारण्यात यावी.

कौटुंबिक हिंसाचारास प्रतिबंध करणारा कायदा व इतर बाबी

या कायद्याद्वारे पीडित महिलेला न्याय, संरक्षण मिळू शकते. या कायद्याच्या आधारे पीडित महिला तिच्या अथवा तिच्या मुलांविरुध्द होणारे अत्याचार थांबवू शकते. स्त्रीधन, दागिने, कपडे इत्यादींवर स्वतःचा ताबा मिळवू शकते. वैद्यकीय उपचाराचा खर्च मागू शकते भावनिक व शारीरिक हिंसाचाराबद्दल नुकसान भरपाई स्त्रीला मागता येते.
त्याचप्रमाणे पीडित महिलेला मोफत कायदेविषयक केंद्राद्वारे सल्ला, सेवा पुरविणाऱ्या संस्था, वैद्यकीय सुविधा, निवासगृह इत्यादी मधून आवश्यक त्या सेवा सुविधा प्राप्त करुन घेता येतात. भारतीय दंड संहिता ४९८अ कलमांखाली पोलिसात तक्रार दाखल करता येते. त्याचप्रमाणे स्वतःसाठी व मुलान करिता पोटगी मागू शकते. तसेच पोटगी मिळणेकामी देखिल अर्ज करु शकता.
या कायद्यांतर्गत कौटुंबिक हिंसाचाराने पीडित पत्नी, सासू, बहिण, मुलगी, अविवाहित स्त्री, आई, विधवा इत्यादी म्हणजे लग्न, रक्ताचे नाते, लग्न सदृश्य संबंध (लिव्ह इन रिलेशनशीप), दत्तकविधी अशा

कारणाने नाते संबंध असणाऱ्या व कुठल्याही जाती धर्माच्या स्त्रिया तसेच त्यांची 18 वर्षाखालील मुले या कायद्या अंतर्गत दाद मागू शकतात.

मे. न्यायालयाने पोटगीचे आदेश सि.आर.पी.सि कलम १२५ आदेशानंतर पती पोटगी देत नसेल तर काय करावे ? व पुढे काय होते ??

अनेक वेळा मे. कोर्टाचे आदेश असून देखील पती पोटगी देण्यास टाळाटाळ करतो. त्यामुळे संबंधित पत्नी पुन्हा मे. कोर्टात सि.आर.पी.सि १२५(३) नुसार पोटगी वसुलीसाठी अर्ज करू शकते. सदर अर्जावर सुनावणी होते व पती जर पोटगी देत नसेल तर अटक वारंट काढले जाते, तसेच पोटगी भरण्यास नाकारत असेल मे. कोर्ट पतीला जोपर्यंत पोटगी रक्कम भरत नाही तो पर्यंत न्यायालयीन कोठडी / जेलला पाठविन्याचे आदेश करतात, किंवा कधी कधी पती नोकरी करीत असेल तर त्या नोकरीची रक्कम वजा करून पत्नीला देण्याचे आदेश करू शकतात, पती जर फरार झाला तर पतीची मालमत्ता विकून पोटगी रक्कम देण्याचे आदेश मे. कोर्ट देऊ शकतात. मे. उच्च न्यायालय तसेच सर्वोच्च न्यायालय यांनी वेळोवेळी पोटगी वसुलीवर अनेक आदेश दिलेले आहेत त्याचा देखील उपयोग आपण पोटगी वसुलीसाठी करू शकतो.

3

घटस्फोट आणि कायदे

प्राचीन काळी घटस्फोट हि संकल्पना कोणालाही माहित नव्हती. पूर्वीच्या काळी लग्न हि पवित्र संकल्पना मानली जात असे. हिंदू विवाह मनु धर्म शास्त्रानुसार पती-पत्नी कधीही एकमेकांपासून वेगळे होऊ शकत नाहीत तसेच विवाहातून मुक्तता तेव्हाच होईल जेव्हा कोणत्याही ऐक जोडीदाराचा मृत्यु होईल तेव्हाच विवाह संपुष्टात येतो. तोपर्यंत त्यांचे पती-पत्नी सारखे नाते तोडता येत नाहीत. परंतु काळानुसार घटस्फोट हि संकल्पना आली आणि विवाह संपुस्टात आणण्याची सुरुवात झाली. पत्नी-पत्नी मध्ये भांडणे होऊ लागली, वेगळे राहू लागले व लोकांच्या मागणीनुसार व काळाच्या गरजेनुसार हिंदू विवाह कायदा १९५६ हा अस्तित्वात आला. हिंदू विवाह कायद्यानुसार घटस्फोट म्हणजे विवाह विघटन. हिंदू विवाह कादयानुसार घटस्फोटाची कायदेशीर कारणे नमूद केली आहेत. तसेच पती-पत्नी एकत्र संसार करू शकत नाहीत असे गंभीर स्वरूपाच्या कारणासाठीच घटस्फोटाची परवानगी आहे.

रोजच्या जीवनात काही ना काही घडत असते तसेच लग्न झाल्यानंतर पती-पत्नी मध्ये छोट्या- मोठ्या कुजबुजी होत असतात. अनेक वेळा आपल्या कानावर पडत असते , " आमक्या आमक्या पोरीचा घटस्फोट झाला, आपल्या मित्राचा घटस्फोट झाला, ताच्या पोरीचा घटस्फोट झाला इत्यादी ऐकत असतो. घटस्फोट झाला हि बाब आपल्या कानावर कुठून तरी पडतच असते. सध्याच्या युगात घटस्फोट घेण्याचे प्रमाणही

वाढले आहे. सध्या घटस्फोट घेण्यासाठी घरतील मंडळी देखील सपोर्ट करताना दिसतात. प्रत्येक जन आपल्या परीने संसार टिकेल यासाठी अनेक प्रयत्न करतात परंतु अनेक प्रयत्न करूनही तसेच भांडण- तंटा यात वेगळे अथवा विपरीत वाईट घडण्यापेक्षा वेगळे राहून घटस्फोट घेण्याचा निर्णय पती अथवा पत्नी किंवा दोघेही घेतात. सध्याच्या युगात घटस्फोट घेण्यासाठी सर्वांची परवानगी आचार विचार करून ऐकूनच घटस्फोटाचा निर्णय घेतला जातो. त्यामुळे कुटुंबीय देखील सहकार्य करताना आपल्याला दिसतात. घटस्फोट म्हटले की लगेच आपल्या समोर न्यायाधीश, पती-पत्नी, वकील आणि इतर नातेवाईक व त्यावर होणारी प्रक्रिया असा कोणत्या तरी चित्रपटातील दृष्टी डोळ्या समोर येते. तर आपण जाणून घेऊया कोर्टातून घटस्फोट कसा मिळतो व का गरजेचा असतो.

विवाह झाला की प्रत्येकाचे विवाह संबंध टिकतील असे नाहीच. विवाह झाल्यानंतर पती-पत्नीचे आचार विचार, राहणीमान, प्रेम, मान-पान, प्रतिष्ठा, इत्यादी गोष्टी जुळल्या तर पुढे संसार चांगला टिकतो. या गोष्टी जुळल्या नाही तर त्यातून वाद निर्माण होतात वाद जर मिटत नसतील तर विवाह संबंधातून मुक्त होण्याचे पती- पत्नी ठरवतात. काही वेळा पती-पत्नी यांचे लग्न आधीचे प्रेम संबंध हे देखील घटस्पोटाचे कारण ठरते. तर काहीचे घरातील लोकांमुळे तर काहींचे इतर लोकांनी पती-पत्नी यांच्या संसारत लुडबुड केल्याने घटस्फोट घेण्याचे पती-पत्नी ठरवतात. पती-पत्नी मधील भांडणे विकोपाला जाऊन ओढ-ताण करून पती-पत्नी चे नाते टिकवणे अवघड होत जाते त्यात वाईट काही घडू नये यासाठी घटस्फोट घेणे गरजेचे पडते.

घटस्फोट (divorce) म्हणजे काय?

घटस्फोट हा विवाह संपवणारा न्यायालयाचा निकाल आहे. कायदेशीर रित्या विवाह संपवण्यासाठी न्यायालयास कायदेशीर घटस्फोटाचे कारण पटवून द्यावे लागते. त्यानंतर न्यायालय दोन्ही बाजूंच्या कायदेशीर गोष्टी पाहून घटस्फोट मंजूर करून देते.

हिंदू विवाह अधिनियम १९५५, कलम १३ नुसार आपण घटस्फोट मिळणेकामी कोर्टात अर्ज करू शकतो. पती-पत्नी दोन्ही या कायद्या अन्वे घटस्फोट मिळणेकामी अर्ज करू शकतो.

हिंदू विवाह कायदा जोडीदारांना लग्न संबंधातून मुक्त होण्यासाठी दोन पर्याय प्रदान करतात

१. हिंदू विवाह कायदा कलम १३- कलम १३ मध्ये घटस्फोट मिळणेकामी कायदेशीर कारणे नमूद केलीली आहे.

२. हिंदू विवाह कायदा कलम १३ बि - यामध्ये परस्पर संमतीने घटस्फोट घेण्याची तरतूद आहे.

घटस्फोट घेण्याची कायदेशीर कारणे आपण खालील प्रमाणे जाणून घेऊया

हिंदू विवाह अधिनियम १९५५ कलम १३ प्रमाणे अनेक करणाअंतर्गत घटस्फोट मिळणेकामी अर्ज करू शकतो.

व्यभिचार, क्रूरता, त्याग, धर्मांतर, मनाची अस्वस्थता, स्किझोफ्रेनिया, कुष्ठरोग, वेनेरिअल रोग, त्याग, नवीन धर्ममात प्रवेश, मृत्यूचे गृहितक हि सर्व कारणे हिंदू विवाह कायदा यात नमूद आहेत. सदर घटस्फोट कारणे आपण सोप्या भाषेत जाणून घेऊया.

घटस्फोट म्हणजे काय तर पती-पत्नी यांच्यामधील विवाह संपूस्ठात येतो याला घटस्फोट म्हणतात. हिंदू विवाह कायद्यामध्ये घटस्फोट मिळणेकामी कारणे / बाबी नमूद आहेत

१. व्यभिचार (Adultery)

व्यभिचार हा अनेक देशांमध्ये गुन्हा ठरत नाही. पण हिंदू विवाह कायद्यानुसार व्यभिचार हा विवाहात गुन्हा मानला जातो. हिंदू विवाह कायद्यात व्यभिचार हा घटस्फोट मागण्यासाठी सर्वात महत्वाचा आधार मानला जातो. व्यभिचार म्हणजे सहमती आणि ऐच्छिक विवाहित व्यक्तीचा दुसर्‍या व्यक्तीशी संभोग, मग ती व्यक्ती विवाहित किंवा अविवाहित, किंवा विरुद्ध लिंगाचे असू शकते. या बाबी वरुन पती पत्नी दोघे घटस्फोट मागू शकतात. यामध्ये पती अथवा पत्नी स्वइच्छेने स्वताच्या पती किंवा पत्नी व्यतिरिक्त दुसर्‍या व्यक्ती सोबत शारीरिक संबंध ठेवतात तेव्हा या बाबीवरून पती-पत्नी मे. कोर्टात घटस्फोट मिळणेकामी अर्ज करू शकतात.

२. क्रूरता (Cruelty)

क्रूरतेच्या संकल्पनेमध्ये मानसिक तसेच शारीरिक क्रूरतेचा समावेश होतो. शारीरिक क्रूरता म्हणजे जेव्हा एक जोडीदार दुसर्‍या जोडीदाराला मारहाण करतो किंवा कोणत्याही शारीरिक कारणामुळे इजा होतो. क्रूरतेची संकल्पनामध्ये मानसिक क्रूरता देखील जोडली गेली कारण जोडीदाराचा इतर जोडीदाराकडून मानसिक छळही होऊ शकतो. बरं शारीरिक क्रूरतेचं स्वरूप ठरवणं सोपं आहे पण मानसिक क्रूरतेबद्दल सांगणे कठीण आहे. क्रूरता म्हणजे पती अथवा पत्नी यांचे की वागणे की या वागण्यामुळे पती-पत्नी एकत्र राहू शकत नाही असे होऊन जाते. क्रूरता हि मानसिक अथवा शारीरिक दोन्ही प्रकारची असू शकते. माननीय उच्च न्यायालय तसेच माननीय सर्वोच्च न्यायालय यांनी अनेक प्रकरनमध्ये क्रूरता काय असू शकते व काय असू शकत नाही असा उल्लेख केलेला आहे. परंतु क्रूरतेची अशी कोणतीही स्पष्ठ

व्याख्या सांगितलेली नाही.

पत्नीकडून पतीविरुद्ध मानसिक क्रूरता काय मानली जाते:

पतीला त्याचे कुटुंब आणि मित्रांसमोर अपमानित करणे.

त्याच्यावर खोटे आरोप करणे.

पतीच्या संमती शिवाय गर्भधारणा संपुष्टात आणणे.

त्याच्यावर खोटे आरोप करणे.

वैध कारणाशिवाय फिजिकल रिलेशनशिपसाठी नकार.

पत्नीचे अफेअर.

पत्नी अनैतिक जीवन जगते.

पैशाची सतत मागणी.

पत्नीचे आक्रमक आणि अनियंत्रित वर्तन.

पती आई-वडील आणि कुटुंबाशी असभ्य वागणूक

पतीने पत्नीवर केलेली मानसिक क्रूरता काय मानली जाते व्यभिचाराचा खोटा आरोप.

हुंड्याची मागणी.

पतीची नपुंसकता.

मुलाला गर्भपात करण्यास भाग पाडणे.

पतीच्या मद्यपानाची समस्या.

नवऱ्याचे अफेअर्स.

पती अनैतिक जीवन जगतो.

पतीचे आक्रमक आणि अनियंत्रित वर्तन. कुटुंब आणि मित्रांसमोर पत्नीचा अपमान करणे.

३. परित्याग (Desertion)

परित्याग म्हणजे एका जोडीदाराचा इतर जोडीदार कोणत्याही वाजवी औचित्या शिवाय आणि त्याच्या संमती शिवाय कायमचा त्याग करणे. सर्वसाधारणपणे, एकाद्वारे लग्नाच्या जबाबदाऱ्या नाकारणे. एखादी व्यक्ती त्याच्या पती किंवा पत्नीला कुठल्याही सयुक्तिक कारणाशिवाय सोडून जातो आणि त्यांच्यात दोन वर्षांपेक्षा पुन्हा एकत्र राहणे होत नाही त्याला आपण परित्याग असे म्हणतो. दोघांमधील दुरावा हा २ वर्षांचा असला पाहिजे या कारणावरून परित्याग झालेली

व्यति म्हणजेच पती अथवा पत्नी मे. कोर्टात या कारणावरून घटस्फोट मिळणेकामी अर्ज करू शकते.

परित्याग साठी आवश्यक गोष्टी

इतर जोडीदाराचा कायमचा त्याग.

लग्नाचे बंधन नाकारणे

कोणत्याही वाजवी औचित्याशिवाय.

दुसऱ्या जोडीदाराच्या संमतीशिवाय.

या वरील कारणांची परिपूर्तता झाल्यास परित्याग या कारणावरून पती अथवा पत्नी घटस्फोट मिळणेकामी मे. न्यायालयात अर्ज करू शकतात.

४. धर्मांतर (*Conversion*)

धर्मांतर म्हणजे पती किंवा पत्नीने हिंदू धर्म सोडून दुसऱ्या धर्मात धर्मांतर अथवा प्रवेश घेतल्यास त्याची पती अथवा पत्नी धर्मांतर या कारणावरून मे. कोर्टात या कारणावरून घटस्फोट मिळणेकामी अर्ज करू शकतात.

उदाहरण : पती- पत्नी हिंदू आहेत. त्यांना दोन मुले आहेत. एके दिवशी पती चर्च मध्ये जाऊन पत्नीच्या संमतीशिवाय ख्रिस्ती धर्म स्वीकारला, येथे पत्नी धर्मांतराच्या आधारावर कोर्टात जाऊन

घटस्फोट मागू शकतो.

५. मानसिक आजर / वेडेपणा (Insanity)

मानसिक आजार ज्याने त्या व्यक्ती सोबत राहणे अश्यक्य होऊन जाते जसे की वेड्याचे झटके येणे, त्या झटक्या मध्ये त्या व्यक्ती सोबत राहणे अश्यक्य होऊन जाते. अश्या प्रकरणामध्ये मानसिक आजार या कारणावरून मे. कोर्टात घटस्फोट मिळणेकामी अर्ज करू शकतात.

६. महारोग (Leprosy)

महारोग हा त्वचेचा, मज्जासंस्था, श्लेष्मल, त्वचेचा इ संसर्गजन्य रोग आहे. ज्या व्यक्तीला महारोग झाला असेल त्या व्यक्तीला जवळ जाण्यापासुनही किळस वाटू शकते त्याला त्या व्यक्ती बरोबर काही रोष नसतो. पण लग्न संबंधांमध्ये पतीला अथवा पत्नीला जवळ जाण्यासाठी किळस वाटत असेल तर हे लग्न टिकून ठेवण्यात काही अर्थ नसतो त्यामुळे महारोग या कारणावरूनही घटस्फोट मिळणेकामी मे. कोर्टात अर्ज करू शकतात.

७. वेनेरियल रोग (Venereal Disease)

या संकल्पने अंतर्गत, जर हा रोग संसर्गजन्य स्वरुपात असेल आणि तो दुसऱ्या जोडीदाराला प्रसारित केले जाऊ शकते. तर असा रोग घटस्फोटासाठी वैध कारण मानले जाऊ शकते. हिंदू विवाह कायदा कलम १३ (v) मध्ये सांगितल्याप्रमाणे वेनेरियल रोग म्हणजे संसर्गजन्य संसर्ग लैंगिक संभोगाद्वारे प्रसारित होणारा कोणताही रोग. एचआयव्ही पॉझिटिव्ह हा देखील एक आजार आहे लिंगाद्वारे प्रसारित होणारा हा वेनेरियल रोगामध्ये समावेश आहे.

उदाहरण: A आणि B चे 9 सप्टेंबर 2011 रोजी लग्न झाले. नंतर A ला अ लैंगिक रोग आणि तो बारा न होणारा आहे. A सोबत राहिल्यास B ला देखील अ त्या आजाराची लागण होण्याची शक्यता असते. तेव्हा ब या कारणावरून घटस्फोट मिळणेकामी कोर्टात दावा करू शकतो.

८. सन्यास (Renunciation)

सन्यास म्हणजे सर्व सुखांचा त्याग. सन्यास म्हणजे जेव्हा जोडीदारां पैकी एकाने जगाचा त्याग करून देवाच्या मार्गावर चालण्याचा निर्णय घेतला व सन्यास घेतला असे म्हणतात. या संकल्पनेत जो पक्ष त्याग करतो सन्यास घेतो त्याला सिविल मृत मानले जाते. त्यामुळे पती अथवा पत्नीने सन्यास घेतला या कारणावरून मे. कोर्टात घटस्फोट मिळणेकामी अर्ज करू शकतात.

उदाहरण : A आणि B लग्न करून आनंदी आयुष्य जगत असतात. एक दिवस A ठरवतो जगाचा त्याग करतो सन्यास घेतो.. येथे, B कोर्टात जाण्याचा आणि घटस्फोट मागणीसाठी न्यायालय मध्ये जातो..

९. कायदेशीर मृत्यू (Presumption of Death)

येखादी व्यक्ती हि ७ वर्षे व त्यापेक्षाही जास्त वर्षे एखादी व्यक्ती सापडून येत नाही आणि ज्या व्यक्तींना माहिती पाहिजे त्या व्यक्तींना सुद्धा या व्यक्ती विषयी काही ऐकले नसेल तर अशी व्यक्ती कायदेशीर मृत मानली जाते. त्यामुळे या कारणावरून मे. कोर्टात पती अथवा पत्नी घटस्फोट मिळणेकामी अर्ज करू शकतात.

उदाहरण : A आणि B कायदेशीर पती-पत्नी आहेत. B गेल्या सात वर्षापासून बेपत्ता होता आणि B जिवंत किंवा मेल्याबद्दल कोणतीही बातमी मिळत नाही . तेव्हा येथे A घटस्फोट मिळणेकामी मे. कोर्टात दावा दाखल करू शकतो.

या वरील सर्व कायदेशीर कारणावरून पती अथवा पत्नी मे. कोर्टात घटस्फोट मिळणेकामी केस दाखल करू शकतात. केस दाखल केल्यानंतर मे.कोर्ट दोन्ही बाजू ऐकून घेतात तसेच साक्षी, पुरावे यांच्यावरून निर्णय देतात व घटस्फोट मंजूर करतात.

घटस्फोट घेणे का गरजेचे असते ?

१. घटस्फोट घेणे पती-पत्नीला गरजेचे असते कारण रोजच्या जीवनात भांडण तंटा वाढत जाऊन रागाच्या भरात मारहाणीत मृत्यू होऊ शकतो. तसेच काही वेळा घरगुती प्रकरणामध्ये आत्महत्या सारखे पर्याय निवडतात. कधी कधी अनैतिक संबधातून खून झालेले देखील आपण बातम्या टीव्हीला अथवा पेपरला पहिल्या असतील. त्यामुळे ओढ-तान करण्यापेक्षा घटस्फोट घेऊन वेगळे राहणे कधीही योग्य. नाहीतर भांडण तंट्यात वेगळे काही होऊन बसते त्यात एखाद्या व्यक्तीचा जीव जातो व त्याचे कुटुंबीय आपली प्रिय व्यक्ती गमावतात. तसेच ज्याने जीव घेतलाय त्याला जेल, कोर्ट कचेरीला सामोरे जावे लागते त्यात त्याच्या सोबत संपूर्ण कुटुंबाला भोगावे लागते. त्यामुळे गांभीर्य ओळखून पटापट निर्णय घेतलेले कधी पण योग्य असतात.

२. अनेक वेळा पती-पत्नी वेगळे राहतात त्यामुळे पती दुसरे लग्न करतो तसेच नवीन संसार सुरु करतो. ४-५ वर्षे झाल्यानंतर आधीची पत्नी परत येते त्यामुळे पतीची पंचायत होते. तसेच पूर्वीही पत्नी घरावर अधिकार गाजवते तसेच दुसरे लग्न केले म्हणून पती वर फौजदारी गुन्हा देखील नोंद करू शकते. त्यामुळे अशी पंचायत तुमची होऊ नये म्हणून घटस्फोट कोर्टातून घ्या.

३. पती-पत्नी वेगळे राहतात, अचानक पत्नी सि.आर.पी.सि. १२५ अनुसार पोटगी मिळणेकमी अर्ज करते. त्यामुळे जो पर्यंत घटस्फोट होत नाही तो पर्यंत पत्नी हि पतीची जबाबदारी असते. त्यामुळे पत्नीला लागणारा दैनंदिन जीवनाचा खर्च, औषध्दपौचार इत्यादी हे पतीला देणे असते. पती-पत्नी एकत्र नसतील तरी घटस्फोट घेणे गरजेचे असते. संमतीने घटस्फोट घेतल्यानंतर पत्नीचे पोटगीचे अधिकार संपूस्टात येतात.

४. अनेक प्रकरणामध्ये पती- पत्नी घरगुती पद्धतीने लेखी घटस्फोट घेतात . अशा घटस्फोटाला कायदेशीर मान्यता नाही. तसेच दुसरी कडे लग्न जुळविताना हुशार मंडळी भेटली की कोर्टातून घटस्फोट घेऊन या अशी मागणी करतात त्यामुळे पुढे जाऊन काय कराव असा प्रश्न पडतो. म्हणून घटस्फोट घेणे गरजेचे असते. शहाण्या माणसाने कोर्टाची पायरी चढू नये हि म्हण आता जुनी झाली आहे. शहाणे असाल तर कोर्टाची पायरी चढा अशी म्हणा बोलण्याची बारी आली आहे.

आपल्या भारत देशामध्ये अनेक धर्माचे लोक असल्याने आपल्या न्यायव्यवस्थेने देखील धर्मानुसार कायद्याची स्थापना केली आहे

१. हिंदू विवाह कायदा १९९५

२.पारसी विवाह कायदा आणि घटस्फोट कायदा, १९३६

३.मुस्लीम विवाह कायदा व विघटन १९३६

४. विशेष विवाह कायदा १९५६

५. विदेशी विवाह कायदा १९६९

या कायद्याअंतर्गत आपण धर्मानुसार कायदेशीर करणे यांच्यानुसार घटस्फोटाची मागणी मे. न्यायालयाकडे करू शकतो.

कौटुंबिक न्यायालय

हिंदू विवाह कायदा १९५६ अस्तित्वात आल्या नंतर घटस्फोट घेणाऱ्या लोकांची संख्या जास्त असल्यामुळे तसेच कोर्टात प्रकरणे प्रलंबित राहू लागली. त्यामुळे कौटुंबिक न्यायालय कायदा १९८४ हा १४ सप्टेंबर १९८४ रोजी लागू करण्यात आला त्यामुळे कौटुंबिक न्यायालायची स्थापना करण्यात आली त्यामुळे कौटुंबिक विवादांचे जलद निराकरण करणे, कौटुंबिक दावे जलद गतीने चालविली जातात. कौटुंबिक न्यायालायचे मुख्य उद्दिष्ट म्हणजे विवाह जुळविणे, पती- पत्नी यांचे कौटुंबिक वाद मिटविणे, घटस्फोट केसेस जलद गतीने चालविणे. कौटुंबिक न्यायालयांचे फौजदारी प्रक्रिया सहितेच्या कलम १२५ म्हणजेच पोटगी केसेस देखील चालविण्यात येतात. कौटुंबिक न्यायालय हे जलद गतीने सर्व प्रकारचे जात ,धर्म, पंथ लोकांची कौटुंबिक वाद जलद गतीने मिटविण्याचे उदिष्ट ठेऊन दावे निकाली काढतात.

भारतीय कौटुंबिक न्यायालयामध्ये कोणत्या कोणत्या केसेस चालविल्या जातात

१. विवाह रद्द करणे

२. वैवाहिक हक्कांची पुनर्स्थाँपना

३. न्यायालयीन विभक्तता

४. कोणत्याही व्यक्तीच्या वैवाहिक स्थितीची घोषणा

५. पोटगी

६. घटस्फोट

७. एखाद्या व्यक्तीचे पालकत्व किंवा कोणत्याही अल्पवयीन व्यक्तीचा ताबा

८. संमतीने घटस्फोट

९. इत्यादि सर्व कौटुंबिक न्यायलयीन प्रकरणे

घटस्फोट मिळणेकामी कोणत्या न्यायालयात दावा दाखल करता येतो. (प्रादेशिक अधिकार)

Territorial jursdiction

हिंदू विवाह कायदा १९९५ कलम १९ हे प्रादेशिक अधिकार म्हणजेच थोडक्यात घटस्फोट मिळणेकामी कोणत्या कोर्टात केस दाखल करता येते. हिंदू विवाह कायदा या अंतर्गत कोणतीही याचिका जिल्हा न्यायालय अथवा वरिष्ठ दिवाणी न्यायालयात अथवा कौटुंबिक न्यायालयात याचिका दाखल करता येते. एखाद्या जिल्ह्यास कौटुंबिक न्यायालय नसेल तर वरिष्ठ दिवाणी न्यायालयामध्ये याचिका दाखल करू शकतात.

हिंदू विवाह कायदा कलम १९ नुसार

१. ज्या मे. कोर्टाच्या हद्दीत विवाह संपण झाला आहे त्या हद्दीतील कौटुंबिक न्यायालयात केस दाखल करू शकतात.

उदाहरण: पती-पत्नी यांचा विवाह पुणे या ठिकाणी झाला आहे. यामध्ये पती-पत्नी पुणे या ठिकाणच्या न्यायालयात दावा दाखल करू शकतात.

२. विरुद्ध पक्षकार ज्या ठिकाणी सध्या राहण्यास आहे त्या हद्दीतील कौटुंबिक न्यायालयात केस दाखल करू शकतात.

उदाहरण: यामध्ये पती घटस्फोट मिळणेकामी दावा दाखल करत असेल आणि पती मुंबईला राहण्यास असेल आणि पत्नी पुणे येथे तर पत्नी ज्या ठिकाणी राहण्यास आहे त्या ठिकाणच्या हद्दीतील न्यायालयात दावा दाखल करू शकतात.

३. पती-पत्नी यांचे एकत्र राहण्याचे जे ठिकाण असेल त्या हद्दीतील कौटुंबिक न्यायालयात केस दाखल करू शकता.

उदाहरण: पती लग्ना आधी मुंबई येथे राहण्यास होता. पत्नी पुणे येथे राहण्यास होती. विवाह नंतर पती-पत्नी नागपूर येथे राहण्यास गेले. त्यानंतर पत्नी माहेरी पुणे येथे निघून गेली. या प्रकरणामध्ये पती-पत्नी दोन्ही ज्या ठिकाणी शेवटचे राहण्यास होते त्या ठिकाणी म्हणजेच नागपूर या ठिकाणच्या हद्दीतील न्यायालयात घटस्फोट मिळणेकामी अर्ज करू शकतात.

४. पत्नी जर केस दाखल करत असेल तर पत्नी ज्या ठिकाणी राहते त्या हद्दीतील न्यायालयात पत्नी केस दाखल करू शकते.

उदाहरण : पत्नी जर घटस्फोट मिळणेकामी दावा दाखल करत असेल तर ती ज्या ठिकाणी राहण्यास असेल त्या ठिकाणच्या हद्दीतील न्यायालयात दावा दाखल करू शकते.

कौटुंबिक न्यायालय निर्णय मान्य नसेल तर काय करावे ?

कौटुंबिक न्यायालायचे आदेश हे निकाल लागल्यानंतर मान्य नसतील तर आपण सदर आदेशाचे अपील माननीय उच्च न्यायालयात ३० दिवसाच्या आत करू शकतो. न्यायालयाचे आदेश अपील करतेवेळी प्रकरणातील वस्तूस्थिती आणि कायदेशीर बाबी लक्ष्यात घेऊन करता येते. दोन्ही पक्षांच्या संमतीने पारित झालेल्या आदेशा विरुद्ध उच्च न्यायालयात अपील करता येत नाही. न्यायालायचे आदेश अपील करतेवेळी प्रकरणातील वस्तूस्थिती आणि कायदेशीर बाबी लक्ष्यात घेऊन करता येतो.

4

संमतीने घटस्फोट आणि कायदेशीर बाबी

विवाह हा प्रत्येकाच्या जीवनातील सर्वात महत्वाचा भाग असतो, काहींना जोरात पैशाची उधळण करून लग्न आवडते तर काहींना साध्या व सोप्या कमी खर्चिक पद्धतीने आवडते. तर काहींना कोर्ट मॅरेज आवडते. विवाह झाल्यानंतर विवाह जीवनाला सुरुवात होते, परंतु कधी-कधी विवाहानंतर वाद होऊ लागतात, एकमेकांशी जुळत नाही, एकमेकांसोबत जीवन जगणे अवघड होऊन जाते, एकमेकांसोबत पटत नाही त्याकारणाने छोट्या मोठ्या गोष्टींवरून भांडणे होऊ लागतात व त्यानंतर विवाहतून मुक्त होण्याचा विचार पती-पत्नी करतात.

विवाह बंधनातून मुक्त होणे, घटस्फोट घेणे खूप किचकट, खर्चिक व वेळ खाऊ प्रक्रिया आहे, त्यामुळे अनेक जण न्यायालयात न जाता परस्पर स्टॅम्प पेपरवर घटस्फोट करून घेतात, परंतु अश्या घटस्फोटाला कायद्यापुढे कुठलीही मान्यता नाही. अश्या रीतीच्या घटस्फोटाला कायद्यासमोर किंमत शून्य आहे. अनेक प्रकरणामध्ये असे दिसून येते कि, पती-पत्नी व नातेवाईक यांच्या मध्यस्तीने स्टॅम्प पेपर वर घटस्फोट घेतात व काही कालावधीने परत एकमेकाविरुद्ध विवाहाचे अधिकार गाजवतात व त्यापुढे पोटगी, कौटुंबिक हिंसाचार, नांदायला येणे, दुसरे लग्न इत्यादी केसेस कोर्ट मध्ये दाखल करतात,

व त्याचा त्रास पती-पत्नी आणि त्यांच्या कुटुंबियांनाही होतो. त्यामुळे स्टॅम्प पेपर वर घटस्फोट घेऊन विवाह संबंधातून मुक्त होता येत नाही व त्याला घटस्फोट म्हणता देखील येत नाही.

सर्वात जलद आणि सोपा घटस्फोट घेण्याचा मार्ग म्हणजे "संमतीने घटस्फोट", तशी त्याची कायद्यामध्ये तरतूद आहे. हिंदू विवाह कायदा कलम १३(बी) यामध्ये संमतीने घटस्फोट याची तरतूद आहे. तसेच स्पेशल मॅरेज ऑक्ट मध्ये कलम २८ मध्ये त्याची तरतूद आहे. तसेच इतर कायद्यांमध्ये देखील संमतीने घटस्फोट तरतूद आहे.

वैवाहिक संबंधांपासून मुक्त होण्यासाठी संमतीने घटस्फोट हा सर्वात सोपा आणि वेगवान मार्ग मानला जातो. संमतीने घटस्फोट मंजूर होण्यासाठी जास्तीत जास्त वेळ 6 महिने कालावधी लागतो, इतर कोणत्या कारणाने घटस्फोट पाहिजे असल्यास त्याला खूप वेळ जातो तसेच इतर मार्ग हे खर्चिक स्वरूपाचे व त्याच बरोबर त्याला किती कालावधी जाईल याचा काही नेम नसतो. पण हिंदू विवाह कायद्याच्या कलम 13 (बी) मध्ये परस्पर संमतीने घटस्फोटाची प्रक्रिया स्पष्ट केली गेली आहे यामध्ये ६ महिन्यामध्ये पती पत्नी यांना घटस्फोट मिळतो.

परस्पर संमतीने घटस्फोटासाठी याचिका दोन्ही जोडीदारांनी खालील बाबींसह एकत्रितपणे सादर केल्या पाहिजेत. :

एक वर्षाच्या कालावधीसाठी ते स्वतंत्रपणे वास्तव्य करत असावेत व त्यान मध्ये पती-पत्नी सारखे नाते नसावे, तसेच पती-पत्नी दोघे घटस्फोटासाठी तयार असले पाहिजेत, त्याच्यावर कुठलाही दबाव नसला पाहिजे.

पती-पत्नी एकत्र राहू शकले नाहीत तसेच त्यांच्यात वैवाहिक जीवन विचारांमुळे जगणे कठीण या कारणाने त्यांनी हा निर्णय घेतलेला

असावा.

पती-पत्नी स्वतंत्रपणे जगण्याचे परस्पर मान्य केले पाहिजे आहे.

तसेच पोटगी व इतर देवाण घेवाण गोष्टी आपापसात मिटलेल्या पाहिजेत.

आपत्य असेल तर त्याची कस्टडी व पोटगी असे प्रश्न आपापसात मिटलेले पाहिजेत.

त्यामुळे संमतीने घटस्फोट हि सर्वात जलद आणि कमी खर्चीक व कमी वेळ खाऊ न्यायालयीन प्रक्रिया आहे. पुणे येथिल न्यालयामध्ये अनेक संमतीने घटस्फोट हे दावे कमीत कमी १२ ते ३० दिवसामध्ये निकाली लावण्यात आलेली आहेत व जास्तीत जास्त ६ महिने एवढा कालावधी संमतीने घटस्फोट घेण्यासाठी लागतो.

5

कॉलेज शिक्षण शुल्क माहिती व तक्रार

बारावी पास झाल्यानंतर विद्यार्थी पुढील शिक्षणासाठी कॉलेजला प्रवेश घेतात. अनेकवेळा या शिक्षण संस्था या खाजगी असतात. अनेक खाजगी शिक्षण संस्था या वाढीव शिक्षण शुल्क आकारात असत. त्यामुळे हे प्रकरण मुंबई उच्च न्यायालयात तसेच सर्वोच्च न्यायालयात जाऊन ठेपले त्यावर खाजगी शिक्षण संस्था वाढीव शिक्षण शुल्क आकारू नये तसेच शिक्षण शुल्क यावर नियत्रण करणे यासाठी शिक्षण शुल्क समिती(*Fees Regulatory Authority*) नेमण्यात यावी असे आदेश न्यायालयाने केले. त्यानुसार २०१५ रोजी शिक्षण शुल्क समिती स्थापण करण्यात आली. तसेच महाराष्ट्र विनाअनुदानित खाजगी व्यवसायिक शैक्षणिक संस्था (प्रवेश व शुल्क यांचे विनियमन) अधिनियम, २०१५ कायदा संपूर्ण महाराष्ट्र राज्यात लागू करण्यात आला.

तुम्ही महाराष्ट्रातील खाजगी व्यवसाईक शैक्षणिक संस्था कॉलेज यांची प्रत्येक वर्षाची समितीने ठरवलेली वार्षिक शिक्षण शुल्क फी *https://www.sssamiti.org* या वेबसाईटवर जाऊन पाहू शकता तसेच वाढीव फी बाबत तुम्ही ऑनलाइन व लेखी तक्रार देखील करू शकता. त्यावर समिती वाढीव फी आकारण्याबाबत खाजगी शिक्षण संस्था यांच्यावर दंड लावून तुमची वाढीव फी परत करण्याची तरतूद

कायद्यामध्ये आहे.

6

पोलीस अधिकारी F.I.R नोंदवून घेत नसतील तर काय करावे ?

पोलिस अधिकारी F.I.R नोंदवून घेत नसतील तर काय करायचे ?

सर्व सामान्य लोकांचा पडणारा प्रश्न की पोलिसात आपण गेल्यावर पोलीस तक्रार लिहून घेत नाहीत अथवा पोलिसात तक्रार दिल्यास कोणतीही कारवाही होत नाही हे रोजच्या जीवनात सर्वांना कधी ना कधी तरी अनुभवायला भेटते. पोलीस हे तपास अधिकारी असतात तसेच भारतीय दंड संहिता, १८६० (Indian Penal Code) या मध्ये गुन्हे व त्याची व्याख्या, गुन्ह्याचे स्वरूप, गुन्ह्याचे शिक्षेचे स्वरूप असे लिखित आहे. त्यावर पोलीस गुन्ह्यांची नोंद करत असतात. दिवाणी प्रकरण असेल तर पोलीस तक्रार लिहून घेत नाहीत व लोकांना तसा सल्ला देखील देतात अथवा लेखी देतात की सदर प्रकरण हे दिवाणी स्वरूपाचे असून आम्ही त्यात हस्तक्षेप करू शकत नाही तुम्ही कोर्टात जाऊन न्याय मिळवू शकता.

प्रकरण जर फौजदारी स्वरूपाचे असेल तरच पोलिसांना कारवाही करण्याचे अधिकार असतात. गुन्हे नोंदविताना पोलीस गुन्ह्यांचे

स्वरूप पाहतात, गुन्हा जर दखलपात्र असेल तर त्याची *F.I.R* नोंदविली जाते. गुन्हा जर किरकोळ स्वरूपाचा असेल तर त्याची अदखलपात्र (*N.C*) गुन्हा नोंदविला जातो. पोलिसांना तपास करण्याचे अधिकार फक्त दखलपात्र गुन्ह्यांमध्ये असते. इतर गुन्ह्यांमध्ये तपास करण्याचे अधिकार नसतात.

उदा १. घरात चोरी झाली.

सदर गुन्हा हा भारतीय दंड संहिता (*Indian Penal Code*) कलम ३७९ नुसार दखलपात्र गुन्हा आहे. तसेच यामध्ये पोलिसांना तपास करण्याचे अधिकार असतात तसेच आरोपीला अटक करून न्यायालयात हजर करण्याचे अधिकार असतात.

उदा २. दोन व्यकी मध्ये फक्त हाणामारी झाली.

सदर गुन्हा हा भारतीय दंड संहिता (*Indian Penal Code*) कलम ३२३ नुसार अदखलपात्र गुन्हा आहे. तसेच यामध्ये पोलीस यांना तपास करण्याचे व आरोपीला अटक करण्याचे अधिकार नसतात.

भारतीय दंड संहिता (*Indian Penal Code*) यानुसार पोलीस गुन्हा नोंदवीत असतात व फौजदारी प्रक्रिया संहिता, १९७३(*Code of Criminal Procedure*) यावरून कोर्ट कामकाज चालत असते.

पोलिस अधिकाऱ्यांकडून प्राथमिक माहिती अहवाल दाखल करायला नकार देण्याची वेगवेगळी कारणे असू शकतात.

भारतीय कायद्यानुसार वेगवेगळ्या आरोपांना दोन वेगवेगळ्या प्रकारात विभागले जाते, दखलपात्र आणि अदखलपात्र ! पोलिस

अधिकारी केवळ दखलपत्र आरोपांबाबतच *F.I.R* नोंदवून घेतात. अदखलपात्र गुन्ह्या मध्ये *F.I.R* नोंदिवली जात नाही तर त्यामध्ये *N.C* म्हणजेच अदखलपात्र गुन्हा नोंदून त्याची प्रत देऊन कोर्टातून कारवाही करण्याचे सांगितले जाते. अदखलपात्र अपराधांसाठी पोलिस अधिकाऱ्यांना मॅजिस्ट्रेट (न्यायालय) कडून विशेष कारवाईच्या सूचना दिल्या जातात.

दखलपात्र गुन्ह्यांत कोणते गुन्हे येतात ते पाहूया.

दखलपात्र गुन्हे हे गंभीर स्वरूपाचे असतात. त्यामुळे अश्या गंभीर स्वरूपाच्या गुन्ह्यांना तत्काळ कारवाही करणे गरजेचे असते. खंडणी, बलात्कार, दंगा, दरोडे, घरफोडी, चोरी, महिलेची छेड काढने, आर्थिक फसवणूक किंवा लूट आणि खून हे गंभीर गुन्हे येतात. या गुन्ह्यांन मध्ये पोलिसांना न्यायालयाकडून विशेष परवानगीची गरज नसते. एखादा गुन्हा घडला की पोलीस लगेच आरोपीला अटक करण्याचे अधिकार अदखलपात्र गुन्ह्यांन मध्ये असतात. त्यानंतर आरोपीस न्यायालय मध्ये हजर केले जाते त्यानंतर पोलिसांना आरोपीची गुन्हा तपासासाठी गरज असेल तर पोलीस आरोपीची पोलीस कस्टडीची मागणी न्यायालयात करते त्यावर आरोपीच्या वकिलांचे म्हणणे तसेच सरकारी वकिलांचे म्हणणे ऐकून घेतले जाते. न्यायालयास प्रकरण गंभीर व तपास करण्यासाठी आरोपीची कस्टडी पोलिसांना देणे गरजेचे असते त्यानुसार पोलीस कस्टडी दिली जाते. त्यानंतर पोलिसांना तपास पुर्ण झाला असल्यास पुन्हा न्यायालयात आरोपींना हजर केले जाते. त्यानंतर न्यायालय आरोपींना कारागृहात पाठवले जाते.

अदखलपात्र गुन्ह्यांमध्ये कोणते गुन्हे येतात ते पाहूया :

अदखलपात्र गुन्हां हा किरकोळ स्वरूपाचा मानला जाते त्यामुळे असा गुन्हा घडला असता पोलीस त्याची नोंद करून घेत असतात. अदखलपात्र गुन्हा यामध्ये मारामारी, शिवीगाळ, बनावटपणा,

सार्वजनिक उपद्रव आणि असे अनेक किरकोळ गुन्ह्यांचा सामावेश आहे. किरकोळ स्वरुपाचे गुन्हे हे कोर्टात दाखल करून चालविले जातात.

F.I.R म्हणजे प्राथमिक माहिती अहवाल ! हा एक महत्वाचा दस्तऐवज असून यामध्ये घडलेल्या गुन्ह्याबाबत प्राथमिक माहिती घेण्यात येते. F.I.R दाखल केल्याशिवाय गुन्ह्याची प्राथमिक चौकशी करता येत नाही. म्हणून F.I.R नोंदवला नसेल तर गुन्ह्याचा तपास कसा करणार असा प्रश्न प्रत्येकाला पडतो?

जर संबंधीत पोलिस अधिकारी F.I.R दाखल करून घेत नसतील तर लेखी तक्रार वकिलांचा सल्ला घेऊन पोस्टाने संबंधित वरिष्ठ पोलीस ठाणेस पाठवून द्यावी. त्यानंतर वरिष्ठ पोलीस निरीक्षक तक्रार लिहून घेण्याचे आदेश पोलिसांना देऊ शकतात. लेखी तक्रार देऊनही जर तुमची तक्रार घेतली जात नसेल तर त्याची तक्रार जिल्ह्याच्या पोलिस अधीक्षकांना लेखी स्वरुपात करता येते. त्यानंतर संबंधित पोलीस अधीक्षक स्वतः F.I.R लिहुन घेऊ शकतात किंवा संबंधित पोलीस अधिकाऱ्यांना F.I.R दाखल करून घेण्याचा आदेश देऊ शकतात.

सर्व लेखी तक्रारी देऊनही तुमची F.I.R घेण्यास अथवा पोलिसांनी गुन्हा दाखल करण्यास टाळाटाळ केली किंवा गुन्हा दाखल करण्यास नकार दिला तर, फौजदारी प्रक्रिया संहितेच्या कलम 156(3) प्रमाणे कोर्टात खागी कंप्लेंट दाखल करता येते. त्यावर कोर्ट पुरावे पाहून पोलिसांना चौकशी करून गुन्हा दाखल करण्याचे किंवा थेट गुन्हा दाखल करण्याचे आदेश देऊ शकते. तसेच फौजदारी प्रक्रिया संहिता कलम २०० व भारतीय दंड सहिता यातील कलमांचा उपयोग करून कोर्टात खाजगी केस दाखल करून न्याय मिळवता येतो.

7

मुस्लीम विवाह विच्छेद कायदा, १९३९

विवाहित मुस्लिम स्त्रीला मुस्लिम विवाह विच्छेद कायदा, १९३९ अंतर्गत अंतर्भूत केलेल्या आधारांवर / कारणांवर घटस्फोटासाठी न्यायालयात अर्ज करता येतो.

मुस्कलीम विवाह विच्छेद कायदा कलम 2 अन्वये -

1. पतीचा ठावठिकाणा चार वर्षांपासून अथवा जास्त माहीत नसेल तर,

2. तिचे दोन वर्षे अथवा अधिक काळापासून पालनपोषण करण्यात पतीने हयगय केली असेल तर,

3. पतीला न्यायालयाने सात वर्षे किंवा त्यापेक्षा जास्त कारावासाची शिक्षा ठोठावली असेल तर,

4. पतीने वैवाहिक जबाबदारी तीन वा अधिक वर्षांपर्यंत पाळली नसेल तर,

5. विवाहाच्या वेळी व न्यायालयात अर्ज करेपर्यंत पती नपुंसक असेल तर,

6. पती दोन वर्षे किंवा अधिक काळापासून मनोरुग्ण असेल तर,

7. पतीला असह्य कुष्ठरोग, गुप्तरोग झाला असेल तर,

8. स्त्रीचे ती पंधरा वर्षांची होण्यापूर्वी तिच्या वडिलांनी लग्न लावून दिले आणि 15 वर्षांची झाल्यानंतर आणि सज्ञान होण्यापूर्वी म्हणजेच 18 वर्षांची होण्यापूर्वी तिचे नवऱ्याशी वैवाहिक संबंध प्रस्थापित झाले नाहीत आणि तिला तो विवाह पसंत नसेल तर ती न्यायालयाद्वारे घटस्फोट मागू शकते.

पती तिचा शारीरिक अथवा मानसिक छळ करतो आहे - जसे -

1. तिला नेहमीच मारहाण करतो

2. वाईट म्हणून ख्याती असलेल्या स्त्रीशी संबंध ठेवतो किंवा त्याची अपकीर्ती झाली आहे.

3. पत्नीने अनैतिक आयुष्य जगावे असा प्रयत्न करतो.

4.तिच्या मालमत्तेची विल्हेवाट लावतो किंवा तिला मालमत्तेचा उपभोग घेण्यास आडकाठी आणतो.

5. तिला तिच्या मर्जीनुसार धर्माचरण करण्यास अडथळा आणतो.

6.त्याला एकापेक्षा जास्त बायका असून कुराणाच्या आदेशाप्रमाणे तो सगळ्यांना सारखी व न्यायाप्रमाणे वागणूक देत नाही.

7.त्याने मुस्लिम धर्म बदलला म्हणून यापैकी कोणत्याही कारणाने पत्नी घटस्फोट मागू शकते.

याशिवाय मुस्लिम रीतिरिवाजानुसार काही कारणांच्या आधारावर प्रकियेने मुस्लिम पत्नीला तलाक घेता येऊ शकतो. पतीने जर पत्नीवर ती व्यभिचारी आहे, असा आरोप केला आणि पतीने आपल्यावर खोटा आरोप केला आहे, म्हणून तिने न्यायालयात अर्ज करून आपल्याला घटस्फोट मिळावा अशी विनंती केली आणि आरोप खोटा ठरल्यास तिला न्यायालयातर्फे घटस्फोट मिळू शकतो. यास 'लियान' असे म्हणतात.

तसेच पती पत्नीची तुलना आई, बहीण किंवा इतर नात्याच्या स्त्रीशी- जिच्याबरोबर तो लग्न करू शकत नाही अशांबरोबर करतो - अशा परिस्थितीत पत्नीला पतीशी वैवाहिक संबंध नाकारण्याचे अधिकार आहेत. पती जोपर्यंत प्रायश्चित्त घेत नाही तोपर्यंत ती असा संबंध नाकारू शकते आणि त्याने प्रायश्चित्त घेण्यास नाकारले तर पत्नीला या कारणावर कायद्याने घटस्फोट मागता येतो. पतीला प्रायश्चित्त एका गुलामाची मुक्तता करून किंवा गरिबाला पोसून किंवा दोन महिने उपवास ठेवून करता येते. पतीने प्रायश्चित्त केले नाही तर पत्नीला घटस्फोट मागता येतो. या प्रकाराने घटस्फोट मागितला तर त्यास

'जिहार' असे म्हणतात.

याशिवाय पतीने सतत चार महिन्यांपर्यंत पत्नीशी वैवाहिक संबंध ठेवले नाहीत आणि आपल्या कृतीतून पुढेही ठेवणार नाही, असे सूचित केले; तर त्या आधारावर पत्नी न्यायालयाद्वारे घटस्फोट मागू शकते. यास 'इला' असे म्हणतात.

या कायद्या प्रमाणे मुस्लीम विवाह विच्छेद करू शकता.

8

F.I.R रद्द होऊ शकते का ?

आपसातील भांडणातून खोटे एफ आय आर / गुन्हा पोलिसात दिल्या जाण्याच्या घटना अनेकदा कानावर येत असतात व घडत असतात. कायदा आपल्या प्रत्येकाचे अधिकारांचे रक्षण करण्यासाठी आहे, परंतु काही लोक याचा गैरवापर करतात व कायद्याचा गैरवापर टाळणे देखील तितकेच आवश्यक आहे.

आजकाल, अशा प्रकारच्या अनेक घटना झाल्या आहेत ज्यामध्ये एखाद्या व्यक्तीच्या प्रतिष्ठेला बाधा पोहचविण्यासाठी खोटे एफ आय आर/ गुन्हा दाखल केले आहेत. जरी त्या व्यक्तीने कायद्यांतर्गत आपले निर्दोषत्व सिद्ध केले तरी समाजात त्याच्याकडे गुन्हेगाराच्या नजरेने पाहिले जाते. त्या व्यक्तीस पूर्वीसारखा आदर मिळवू शकत नाही. आपल्याला खोटी एफ आय आर / गुन्हा टाळण्यासाठी कायद्या मध्ये काय तरतूद आहे, खोटी एफ आय आर / गुन्हा दाखल करणाऱ्या व्यक्तीविरुद्ध कोणती कारवाई केली जाऊ शकते आणि कसे करावे याची माहिती आपण जाणून घेऊया.

एफ आय आर म्हणजे काय आहे?

"

एफ आय आर(*F.I.R*) हे फर्स्ट इन्फोर्मेशन रिपोर्टचे लघुरूप आहे. जेव्हा एखादा गुन्हा घडतो, तेव्हा ज्यांच्यासोबत गुन्हा घडला आहे तो पोलिसांना कळवतो व पोलीस त्याची नोंद करतात याला एफ आय आर म्हणतात. जेव्हा घटनेची तोंडी सांगितलेली पहिली माहिती लिखित स्वरुपात बदलली जाते तेव्हा त्याला एफ आय आर (*FIR*) असे म्हणतात. फौजदारी दंड प्रक्रिया कायद्याच्या कलम १५४ अंतर्गत पोलिसांना दखलपात्र गुन्हा असलेल्या प्रकरणात एफ आय आर दाखल करून घ्यावी लागते.

एखाद्याने खोटी एफ आय आर दाखल केल्यास काय करावे?

अनेक प्रकरणात असे दिसून आले आहे की, काही लोक वादविवाद झाल्यास परस्परांविरुद्ध खोटे किंवा बनावट एफ आय आर (*F.I.R*) दाखल करतात. ज्यांच्याविरुद्ध खोटी एफ आय आर (*FIR*) दाखल केली जाते, त्याला पोलिसांच्या आणि न्यायालयाच्या कायदेशीर प्रक्रियांमध्ये अडकवले जाते. त्यामुळे त्या व्यक्तीचा वेळ, पैसा इत्यादी विनाकारण खर्च होतो.

अनेक वेळा शेजारी-शेजारी राहणाऱ्या लोकांमध्ये भांडणे असतात त्यामध्ये मग काहीतीरी खोटी *FIR* देऊन शेजारील व्यक्तीला अडकविण्याचा प्रयत्न करतात.

उदाहरणः

शेजारी-शेजारी राहणाऱ्या लोकांमध्ये वाद असतो. एखादी महिला जाते आणि पोलिसात तक्रार देते शेजारी राहणाऱ्या व्यक्तीने विनयभंग केला.

भागीदारी व्यवसाय अनेक जन भागीदार असतात. त्यामध्ये एखादा भागीदार जाणूनबुजून भागीदारी व्यवसायामध्ये आर्थिक वादामुळे खोटी गुन्हा नोंदवितो जसे की जातीय शिवीगाळ केली इत्यादी अनेक खोट्या दाखल होत असतात.

लग्न झाल्यानंतर पती-पत्नी यांच्यातील वाद विकोपाला जातात तेव्हा पत्नी पतीला व कुटुंबातील व्यक्तींना त्रास देण्यासाठी खोट्या केसेस जसे की भा.द.वी कलम ४९८अ हे गुन्हे दाखल करतात.

परंतु खोटी एफ आय आर दाखल होण्याविरूद्ध काही मार्ग आहेत ज्यांमुळे होणारा त्रास टाळला जाऊ शकतो. फौजदारी प्रक्रिया संहिता कलम ४८२ असा कायदा आहे ज्याचा उपयोग अशा हेतु परस्पर घटनांपासून दूर राहण्यासाठी केला जाऊ शकतो तसेच अश्या खोट्या केसेस रद्द केल्या जाऊ शकतात.

फौजदारी दंड प्रक्रिया कलम ४८२ काय आहे?

या कलमाच्या अंतर्गत वकीलाद्वारे उच्च न्यायालयात अर्ज दाखल केला जाऊ शकतो. या मध्ये ज्याच्यावर एफ आय आर (F.I.R) दाखल झाली आहे ती व्यक्ती त्याच्या निर्दोषपणाचा पुरावा देऊ शकते. म्हणजे, फौजदारी दंड प्रक्रिया कलम ४८२ अन्वये, ती व्यक्ती दाखल झालेल्या एफ आय.आर ला आव्हान देऊ शकते आणि उच्च न्यायालयात न्यायाची मागणी करू शकते. त्यासाठी, वकीलच्या मदतीने यासंबंधीचा अर्ज उच्च न्यायालयात दाखल केला जातो आणि खोट्या एफ आय आर च्या विरोधात प्रश्नचिन्ह निर्माण केले जाते.

फौजदारी दंड प्रक्रिया कलम ४८२ अंतर्गत अर्ज दाखल करण्यासाठी व्यक्ती उच्च न्यायालयात खालील आधार घेऊन अर्ज दाखल शकते आणि खोटे एफ आय आर (FIR) रद्द करू शकते,

१. जर खोटी एफ आय आर दाखल केली गेली असेल तर.

२. जो गुन्हाच झालेला नाही त्याच्याविरुद्ध एफ आय आर दाखल केली गेली असेल तर.

३. एफ आय आर मध्ये आरोपीविरूद्ध गुन्हा सिद्ध करण्यासाठी निराधार आरोप असतील तर.

जर कोणी खोटी एफ आय आर दाखल केली असेल तर आपण आधी अटकपूर्व जामीन घेऊ शकतो. अटक पुर्ण जामीन करते वेळी आपण आपल्या कडील पुरावे न्यायालयात दाखल करु शकतो. न्यायालय पुरावे पाहून अटकपूर्व जामीन मंजूर करू शकतात ज्यामुळे पोलीस अटक टळू शकते आणि जर अटकपूर्व शक्य नसेल तर अटक झाल्यानंतर नियमित प्रक्रियेतून जामीन मिळवता येतो.

एखाद्या व्यक्तीविरूद्ध एफ आय आर (FIR) दाखल झाली असेल आणि त्याच्याकडे त्यांनी गुन्हा केलेला नाही याबाबत जर काही पुरावा असेल तर तो उच्च न्यायालयात अर्जासोबत पुरावा म्हणून, ऑडिओ, व्हिडिओ, फोटोग्राफी अशा कोणत्याही स्वरूपात देऊ शकतो व तुमच्या बाजूने कोणताही साक्षीदार असल्यास, त्याचा उच्च न्यायालयात अर्ज दाखल करतांना नक्की उल्लेख करा. त्यावर उच्च न्यायालय पुरावे पाहून एफ आय आर (FIR) रद्द करण्याचे आदेश देवू शकतात.

उः- जसे कोणी आपल्याविरुद्ध चोरी करण्यासाठी आपल्याविरुद्ध खोटी एफ आय आर करतात, तेव्हा त्यावेळी तुम्ही तेथे नसल्याचे फोटो, व्हिडिओ, इत्यादी पुरावे म्हणून देऊ शकता आणि स्थान कोठे आहे ते पुरावे दिले जाऊ शकतात. वकीलांच्या मदतीने पुरावे योग्य रीतीने मांडू शकतात.

जेव्हा उच्च न्यायालयात फौजदारी दंड प्रक्रिया कलम ४८२ अंतर्गत अर्ज दिला जातो तेव्हा त्यासंदर्भात सुनावणी घेतली जाते आणि न्यायालयासमोर आपण सबळ पुराव्यांच्या आधारे आपले निर्दोषत्व सिद्ध केले तर न्यायालय एफ आय आर रद्द करण्याचा आदेश देऊ शकतो. परंतु जर आपण न्यायालयात आवश्यक पुरावा देऊ शकत नाही ज्याने तुमची निर्दोषता सिद्ध केली असेल तर न्यायालयात सदर अर्ज फेटाळण्यात येतो.

उच्च न्यायालयात अर्ज नाकारल्यानंतर आपण सर्वोच्च न्यायालयात देखील दाद मागू शकतो. येथे एक महत्वपूर्ण मुद्दा देखील आहे की जर कोणी आपल्या विरुद्ध खोटी एफआयआर करतात. तुम्ही त्याच्या विरुद्ध न्यायालयात फौजदारी दंड प्रक्रिया कलम ४८२ अन्वये एक अर्ज द्याल, तेव्हा न्यायालय निर्णय देई पर्यंत पोलिस आपल्या विरुद्ध कारवाई करू शकत नाही आणि आपल्याला अटक करू शकत नाही. चौकशीसाठी तपासणी अधिकाऱ्याला न्यायालय आवश्यक ते निर्देश देखील देऊ शकतात. जर न्यायालयाने यांत आपले निर्दोषत्व मान्य केले तर आपण वरील खोटी एफ आय आर आपली बदनामी या प्रकरणात त्या व्यक्तीच्या विरोधात होते मानहानीचा गुन्हा दाखल करू शकता. ज्यांनी खोटी एफ आय आर दाखल केली आहे त्यांना सुद्धा शिक्षा मिळू शकते. अजून एक पर्याय म्हणजे भारतीय दंड विधानाच्या कलम २११ नुसार आपण त्याविरुद्ध एक केस दाखल करू शकता, ज्यामध्ये खोटी एफ आय आर देणाऱ्या व्यक्तीला दोन वर्षांची शिक्षा तसेच दंड ठोठावला जाऊ शकतो किंवा दोन्ही या स्वरूपात शिक्षा होऊ शकते. तसेच, भारतीय दंड विधानाच्या कलम १८२ नुसार, ज्या पोलिस अधिकाऱ्याने खोटी एफ आय आर दाखल केली आहे, त्याच्यावर देखील कारवाई होते आणि तो अधिकारी शिक्षेस पात्र असतो.

९

पोलिसांनी गुन्हात जप्त केलेली मालमत्ता परत कशी मिळवावी ?

गुन्हा घडतो ! त्यामध्ये पोलीस मालमत्ता जप्त करतात. ती मालमत्ता कोर्टातून मिळू शकते का?

अनेक वेळा गुन्हे घडतात यामध्ये अनेकांची मालमत्ता जप्त केली जाते व ती मालमत्ता पुन्हा कशी मिळवावी याबाबत माहिती अभावी ती पडून-पडून खराब होते. तसेच कालांतराने कोणी मालक नाही म्हणून सदर मालमत्ता मे. कोर्टाच्या आदेशावरून निलाव करून विकल्या जातात, जसे कि दु-चाकी, चार चाकी वाहने, सोने, मोबाईल, इत्यादी मालमत्ता. परंतु त्या संपूर्ण जप्त झालेल्या मालमत्तेचा मूळ मालक ती जप्त मालमत्ता पुन्हा मिळवण्यासाठी कोर्टात अर्ज करून ती परत मिळवू शकतात.

फौजदारी प्रक्रिया संहिता, १९७३ कलम ४५१व कलम ४५७ या अंतर्गत मूळ मालक त्यांची मालमत्ता परत मिळवण्यासाठी न्यायालयात अर्ज करू शकतो. अर्जातील म्हणणे मे. न्यायालयात जर आपण पटवून दिले, कि सदर मालमत्तेचा मूळ मालक अर्जदार आहे व मे.

न्यायालयाने दिलेल्या सर्व अटि व शर्ती अर्जदाराने मान्य असतील तर मे. न्यायालय सदर अर्जावर मालमत्ता परत करण्याचे आदेश देतात, त्या आदेशावरून पोलीस जप्त केलेली मालमत्ता मूळ मालकाला परत करतात.

कधी कधी अनेकांची वाहने चोरीला जातात. गुन्हा नोंदविला जातो, पोलीस तपास पुर्ण होतो, आरोपीही पकडले जातात. वाहने मिळून येतात परंतु ती वाहने मूळ मालकाला मिळत नाहीत त्यासाठी देखील मूळ मालकाने नायालयात मालमत्ता मिळणेकामी फौजदारी प्रक्रिया संहिता १९७३ अनुसार कलम ४५७ अंतर्गत अर्ज दाखल करावा लागतो त्यावर मालकी हक्क पुरावे जसे की दुचाकी असेल तर त्याचे RTO नोंदणी प्रमाणपत्र, गाडीचा विमा, आधार कार्ड इत्यादी दाखून आदेश घेऊन मालमत्ता मिळविता येते.

10

भारतीय उत्तराधिकार कायदा,

एखादी व्यक्ती जर मृत्युपत्र न करता मृत्यू पावली, तर व्यक्तिगत धार्मिक कायद्यानुसार वारसाहक्काने त्याच्या वारसांना मालमत्तेवर हक्क सांगता येतो. अनेकवेळा मृत व्यक्तीच्या मालमत्तेवर वारसांना त्यांची नावे लावायची असतील व ते हस्तांतरित करावयाचे असतील किंवा त्या संदर्भाने वसुली वगैरे करावयाची असेल, तर शासन वा वित्तीय संस्थांतर्फे त्यांना न्यायालयाकडून वारस प्रमाणपत्र (Heirship Certificate) किंवा उत्तराधिकार प्रमाणपत्र आणण्यास सांगितले जाते. सामान्यतः हे समानार्थी शब्द वाटले, तरी ही प्रमाणपत्रे वेगवेगळ्या मालमत्तेसंदर्भात विभिन्न अधिकार प्राप्त करण्यासाठी वेगवेगळ्या कायद्याखाली दिवाणी न्यायालयाकडून प्राप्त केली जातात.

एखादी व्यक्ती जर कोणतेही मृत्युपत्र न करता मृत्यू पावली असेल, तर अशा मृत व्यक्तीच्या वारसाला त्याच्या वारशाची सत्यता आणि मृत व्यक्तीने दिलेले कर्ज आणि सुरक्षा रोखे यांवर सदर वारस व्यक्तीचा हक्क सिद्ध करण्यासाठी भारतीय उत्तराधिकार कायदा १९२५ मधील कलमांनुसार उत्तराधिकार प्रमाणपत्र देण्यात येते.

"""

मृत्यू पावलेल्या व्यक्तीचे ज्या बँकेमध्ये बचत, आवर्ती वा मुदत खाते असते; परंतु जर त्यांनी नामनिर्देशन केलेले नसते किंवा नामनिर्देशनानुसार रक्कम वितरीत करण्यास इतर वारसांचे वा व्यक्तींचे आक्षेप वा हरकती असतात अशा प्रकरणात किंवा जेव्हा बँक अर्जदाराच्या उत्तराधिकार हक्काबाबत साशंक असते अशा वेळी त्या व्यक्तीकडे न्यायालयाकडून उत्तराधिकार प्रमाणपत्र आणण्यास बँक सांगू शकते. एवढेच काय तर ज्या कंपन्यांचे शेअर्स वा ऋणपत्रे (Debentures) आहेत, त्या कंपन्याही असे उत्तराधिकार प्रमाणपत्र मागू शकतात. काही प्रकरणात न्यायालये सुद्धा उत्तराधिकार प्रमाणपत्र मागू शकतात.

उत्तराधिकार प्रमाणपत्राद्वारे वारस अर्जदारास मृत व्यक्तीच्या नावे व मालकीत असलेल्या सुरक्षा रोखे व मृत व्यक्तीच्या नावे देय असलेल्या कर्जाच्या वसुलीसंदर्भात, त्याचे कायदेशीर प्रतिनिधित्व करण्याचे अधिकार प्राप्त होतात. आर्थिक वसुली (Money Recovery), धनादेश न वटणे (Cheque Bouncing) वगैरे संदर्भातील न्यायालयीन प्रकरणात तसेच बँकेत ठेवलेल्या ठेवी, कंपनीतील/संस्थेतील ठेवी, सुरक्षा रोखे, भाग-भांडवल वगैरे बाबतींत हे उत्तराधिकार प्रमाणपत्र उपयोगी पडू शकते.

मृत्यू पावलेली व्यक्ती सामान्यत: तिच्या आयुष्यभर जेथे राहात होती (Ordinary Residence) अशा न्यायाधिकार कक्षेतील जिल्हा न्यायाधीश वा त्यांनी प्रदान केलेल्या अधिकारांखाली दिवाणी न्यायाधीश असे उत्तराधिकार प्रमाणपत्र देऊ शकतात. अशा वेळी बँक कोठे आहे किंवा कंपनी कोठे आहे याचा न्यायाधिकार स्थळसीमेसाठी (Territorial Jurisdiction) विचार केला जात नाही, मात्र जर मृत व्यक्तीचे सामान्यत: स्थिर वास्तव्यस्थळ नसेल, तर ज्याच्या न्यायाधिकार कक्षेत मृताच्या संपत्तीचा कोणताही भाग आढळेल, असे जिल्हा न्यायाधीश असे उत्तराधिकार प्रमाणपत्र देऊ शकतात. मृत व्यक्तीच्या जंगम वा चल संपत्तीसंदर्भाने, जसे–वचनचिठ्ठी (Promissory Note), हुंडी, ऋणपत्रे, शेअर्स, रोखे (Stock), बँकांमधील ठेवी वगैरेंसाठी उत्तराधिकार प्रमाणपत्र घेता येते.

उत्तराधिकार प्रमाणपत्रासाठीच्या अर्जात अर्जदाराने मृत व्यक्तीचे कोणती माहिती देण्यात यावी.

पूर्ण नाव, मृत झाल्याची तारीख, ठिकाण, आयुष्यभर ती जेथे राहात होती त्या स्थळाचे विवरण, मृत व्यक्तीच्या कुटुंबातील इतर व्यक्ती/ वारस/नातेवाईक यांचे तपशील, मृत व्यक्तीबरोबर अर्जदाराचे असलेले नाते/संबंध तसेच तिच्या जंगम/चल संपत्तीचे स्पष्ट विवरण आणि त्या संदर्भाने योग्य ती कागदपत्रे देणे अपेक्षित आहे. सदरच्या विवरणात पूर्वी मृत्यूची वेळ नमूद करण्याबद्दल निर्देश होते; परंतु सद्यकाळात न्यायालये मृत्यू दाखल्यावरील तपशील आणि त्यासोबत जन्म-मृत्यू नोंदणी अधिनियमाखाली दिलेला दाखला पुरेसा मानतात.

उत्तराधिकार प्रमाणपत्रासाठीचा अर्ज व्यक्ती मृत्यू पावल्यापासून किती कालावधीत करावा लागतो? सदर प्रक्रिया याबद्दल कालमर्यादा अधिनियम (१९६३) भाष्य करीत नाही. त्यामुळे अर्ज दाखल करण्यास कारण घडल्यापासून (Cause of Action) वाजवी कालावधीत (Reasonable Period) दाखल करावा, असे उच्च न्यायालयाचे मत आहे.

न्यायालयीन प्रक्रिया जाणून घेऊया.

दिवाणी प्रक्रिया संहिता (Civil Manual) भाग १० उत्तराधिकार प्रमाणपत्र कसे मिळवाल याबद्दल सविस्तर प्रक्रियेचे निर्देश देते. न्यायालयाकडे असा अर्ज केल्यानंतर न्यायालयास अर्जातील मजकूर आणि जोडण्यात आलेली कागदपत्रे यांवरून सदर न्यायालयात अर्ज चालविण्यात येऊ शकते. याबद्दल समाधानी झाल्यास न्यायालय संबंधित सर्व व्यक्तींना अर्ज सुनावणीस घेत असल्याबद्दलची सूचना देऊन त्यांचे म्हणणे मागविते. सद्यस्थितीला अशा सूचनेची एक प्रत मृत व्यक्ती राहात होती अशा जागेच्या दर्शनी भागावर चिटकविण्याचा आदेश देते. तसेच स्थानिक पातळीवर व्यापकपणे वितरीत होणाऱ्या दैनिक वर्तमानपत्रात अशाच आशयाची सूचना प्रसारित करण्याचा हुकूम करते. सदरची सूचना प्रसारित झाल्यापासून साधारणतः ४५ दिवसांच्या कालावधीत सर्व संबंधित व्यक्तींकडून/ संस्थांकडून त्यांचे हक्क, आक्षेप वा हरकती असल्यास त्या मागविल्या जातात. पूर्वी ही सूचना न्यायालयातील दर्शनी भागावर लावली जात असे.

उत्तराधिकार प्रमाणपत्र मिळतेवेळी हरकती / आक्षेप

जर कोणत्याही प्रकारच्या आक्षेप वा हरकती आल्या नाहीत, तर न्यायालय सदरच्या अर्जाची सारांश पद्धतीने सुनावणी घेऊन न्यायालयीन शुल्काची पूर्तता तसेच योग्य ती सुरक्षा हमी घेऊन उत्तराधिकार प्रमाणपत्र देते. अर्जात नमूद मालमत्तेचे मूल्य हे दर्शनी

मूल्य लक्षात न घेता प्रचलित बाजारभावाप्रमाणे धरले जाते. मात्र जर अशा अर्जाच्या संदर्भाने न्यायालयात काही आक्षेप वा हरकती आल्या, तर दिवाणी प्रक्रिया संहितेच्या प्रकरण १४ परिच्छेद ३०५(२) अन्वये सदरचे प्रकरण दिवाणी न्यायाधीश वरिष्ठ स्तर यांचेकडे, मूल्यांकन लक्षात न घेता जिल्हा न्यायालयातर्फे वर्ग करण्यात येते व तेथे ते चालविण्यात येते.

विस्तारित/सुधारित उत्तराधिकार प्रमाणपत्र :

सदर प्रमाणपत्र दिल्यानंतर जर असे आढळून आले की, काही चल/ जंगम मालमत्तेचे अनवधानाने वा नंतर आढळून आल्यामुळे विवरण देण्याचे राहून गेले आहे, तर विस्तारित/सुधारित उत्तराधिकार प्रमाणपत्रासाठीचा अर्ज भारतीय उत्तराधिकार कायदा १९२५ च्या कलम ३७६ नुसार अर्ज करता येतो. त्यानुसार सुधारणा करून नवीन मालमत्ता आढळून आली असेल तर त्याचा समावेश करून उत्तराधिकार प्रमाणपत्र दिले जाते.

उत्तराधिकार प्रमाणपत्र रद्द करता येते का?

उत्तराधिकार प्रमाणपत्र रद्द करता येते, उत्तराधिकार प्रमाणपत्र घेण्यासाठीची केलेली न्यायालयीन प्रक्रिया सदोष असेल किंवा प्रमाणपत्र मिळविण्यासाठी काही महत्त्वाच्या गोष्टी लपविल्या असतील वा विधानांमध्ये खोटेपणा आढळून आला, तसेच न्यायालयाची फसवणूक केली असेल तर असे प्रमाणपत्र न्यायालयाच्या आदेशाने रद्द व अपरिणामकारक होते.

उत्तराधिकार प्रमाणपत्रात अपील करता येते का?

हो उत्तराधिकार प्रमाणपत्राच्या न्यायालयीन आदेशाला वरिष्ठ न्यायालयात कलम ३८४ नुसार आव्हान दिले जाऊ शकते.

उत्तराधिकार प्रमाणपत्राद्वारे विनंती अर्जदारास मृत्यू पावलेल्या पूर्वज व्यक्तीची जंगम/चल संपत्तीचे व्यवस्थापन, वसुली, तडजोड आणि हस्तांतरण करण्याचे अधिकार मिळतात. मृत व्यक्तीच्या चल/जंगम मालमत्तेसाठी वारशाची सत्यता व त्याद्वारे हक्क प्रस्थापित करण्यासाठी वारसांना उत्तराधिकार प्रमाणपत्राचा पर्याय भारतीय न्यायव्यवस्थेने सांगितलेला आहे.

11

मृत्यूपत्र व कायदेशीर बाबी

जन्म आला की मृत्यू पण आलाच. आपण आपल्या जीवनात कमावलेली मालमत्ता, पैसा, जमीन, घर, इत्यादी पुढे काय होईल याचा कधी ना कधी तरी विचार पडतोच. माणसाने कितीही नाही म्हटलं तरी स्वतःच्या मालकीच्या मालमत्ता पैसा, जमीन, घर, शेती इत्यादी मालमत्तेसाठी खूप भावूक व जागरूक असतो. आपल्या मालमत्तेच आपल्या नंतर काय होणार? हा प्रश्न प्रत्येक माणसाला आयुष्यात कधी ना कधी पडतोच. अनेक लोकं म्हणतात, " मेल्या नंतर कुठे घेऊन जाणार आहे हा पैसा ? सगळे इथेच ठेवून जायचे आहे!" तसंही आपल्या मालमत्तेच काय होतंय हे बघायला आपण तर नसणारच" तसे पहिले तर हे बरोबर आहे. पण जरी आपण नसलो तरी आपण आपल्या मृत्यू नंतर आपल्या मालमत्तेचं काय काय करायच हे मात्र ठरवू शकतो. आपण आपल्या मालमत्तेचं मृत्यूपत्र(Will) बनवून ठेवलं तर आपण आपल्या इच्छेनुसार आपल्या संपत्तीची विभागणी करु शकतोच, पण पुढे त्या संपत्तीसाठी होणारे कुटुंबातील अनेक वादही टाळू शकतो. मृत्यूपत्रामुळे तुम्ही कुटुंबातील सदस्यांनाही तुमच्या पश्चात येणाऱ्या अडचणींपासून सुरक्षित करु शकता. अनेक वेळा असे दिसून येते की काही व्यक्ती २ लग्न करतात तसे कायद्याने मान्य नाही परंतु सदर व्यक्तीला आपल्या दोन्ही पत्नी पासून दोन दोन मुले होतात नंतर मालमत्ते साठी आपसात मालमत्ते साठी भांडणे करातांनी आपणास दिसतात.

मृत्युपत्र म्हणजे काय ?

एखादया व्यक्तीने त्याच्या स्वकष्टार्जित स्थावर वा जंगम मिळकती वा एकत्र कुटुंबाच्या वडिलोपार्जित मिळकतीतील त्याचा अविभक्त हिस्सा त्याचे मृत्युनंतर कोणास मिळावा / कोणास देण्यात यावा किंवा त्या मिळकतीची विल्हेवाट कशा रितीने लावण्यात यावी यासाठी तयार केलेला लेख / दस्त म्हणजे मृत्युपत्र असे सर्वसाधारण म्हणता येईल. मृत्युपत्राला इच्छापत्र (will) असेही म्हटले जाते.

मृत्यूपत्र (Will) हे एक कायदेशीर दस्तऐवज आहे. यामध्ये व्यक्तीने आपल्या मृत्यूपश्चात आपल्या मालमत्तेचा अथवा आपल्या अल्पवयीन मुलांचा ताबा कोणाकडे द्यायचा याविषयीची तरतूद नमूद करून ठेवलेली असते. अशा तरतुदीला मृत्युपत्र असे म्हणतात.

मृत्युपत्र बनवते वेळी कोणती काळजी घ्यावी ?

मृत्यूपत्र हे स्पष्ट व लिखीत स्वरुपात असावे. मृत्यू पत्रात मालमत्तेचे संपूर्ण वर्णन असावे व तसेच मृत्यू नंतर कोणाला मिळणार आहे यांचा नावाचा स्पष्ट उल्लेख मृत्यूपत्रात असावा.

त्यावर मृत्यूपत्र करणाऱ्या व्यक्तीने साक्षीदारांसमोर सही करणे आवश्यक आहे. साक्षीदार म्हणून अन्य दोन व्यक्तींची सही तारीख, वार, वेळ व ठिकाण यांची नोंद असणेही आवश्यक आहे. तसेच साक्षीदार हे तरुण वयाचे असावे कारण आपल्या मृत्यू पश्चात मृत्यूपत्रा वरून वाद निर्माण झाल्यास कोर्टात साक्ष देण्यासाठी उपलब्ध होणारे असावे. तसेच मृत्यूपत्र करणारा व साक्षीदार यांचे आधार कार्ड जोडावे.

मृत्यूपत्र तयार करताना व्यक्ती शारीरिक आणि मानसिकदृष्ट्या स्वस्थ व सक्षम असणे अत्यंत आवश्यक आहे. तसे डॉक्टरांनी प्रमाणित केलेले असावे व तसे प्रमाणपत्र देखील झोडावे.

मृत्यूपत्राचे प्रकार-

सेल्फ-प्रूव्हिंग / टेस्टमेंटरी मृत्यूपत्र: हा मृत्यूपत्राचा पारंपारिक प्रकार आहे. यामध्ये मृत्यूपत्र तयार झाल्यावर त्यावर साक्षीदारांसमोर सही केली जाते.

होलोग्राफीक मृत्यूपत्र: हे मृत्यूपत्र साक्षीदारांच्या समोर केले जात नाही. कोर्टात या प्रकाराला फारशी मान्यता नसते.

तोंडी (Oral) मृत्यूपत्र: यामध्ये मृत्यूपत्राबद्दल साक्षीदारांसमोर बोलले जाते. पण या प्रकाराला कायद्याची फारशी मान्यता नसते.

महत्वाचे मुद्दे:

मृत्यूपत्रामध्ये अल्पवयीन(minor) अथवा मानसिकदृष्ट्या अस्थिर मुलांच्या पालनपोषणाची, भविष्याची तरतूद करुन ठेवता येते. तसेच विवाहापूर्वी अथवा विवाहबाह्य / अनैतिक संबंधातून जन्माला आलेल्या अपत्यांच्या (अल्पवयीन अथवा सज्ञान) यांच्या नावेही मृत्यूपत्राद्वारे मालमत्ता करता येते.

मृत्यूपत्राद्वारे व्यक्तीच्या मालकीची संपूर्ण मालमत्ता दान करता येते अथवा एखाद्या संस्थेच्या नावावरही करता येते.

जेव्हा व्यक्ती मृत्यूपत्र करुन ठेवते तेव्हा त्या व्यक्तीच्या मृत्युनंतर संपत्तीचे वाटप हे "Indian Succession Act 1925" म्हणजेच "भारतीय वारस अनुक्रम कायदा १९२५" मधील तरतूदींनुसार केले जाते. परंतु मृत्यूपत्राअभावी मात्र व्यक्तीच्या संपत्तीचे वाटप "हिंदू वारसाहक्क कायदा १९५६" च्या तरतुदीनुसार केले जाते.

मृत्यूपत्राद्वारे मालमत्तेची विभागणी करता येते, परंतु काही मालमत्तांची विभागणी मात्र मृत्यूपत्राद्वारे केली जात नाही. यामध्ये प्रामुख्याने आयुर्विमा पॉलिसी, निवृत्तीवेतन, बॉन्ड्स, स्टॉक, बॅंक खाते यासारख्या मालमत्तांसाठी नॉमिनीसाठीचा फॉर्म हा आधीच भरुन घेतला जात असल्यामुळे या मालमत्तांचा सामावेश मृत्यूपत्रामध्ये करता येत नाही. तसेच संयुक्त भाडेकरी मालमत्ता(Joint tenant property) टेनंट प्रॉपर्टी मध्ये उत्तरजीविता (survivorship) ही संयुक्त भाडेकरी मालमत्ता कायद्यानुसार ठरवण्यात येत असल्यामुळे या प्रकारच्या मालमत्तेसाठीही मृत्यूपत्र करता येत नाही.

टॅक्सच्या दृष्टीकोनातून विचार केल्यास ज्या मालमत्तेसाठी मृत्यूपत्र झालेले आहे अशा मालमत्तेची टॅक्स लायबिलीटी (कर दायित्व) तुलनेने कमी असते.

संपूर्ण मालमत्तेचा आणि कायदेशीर वारसांचा व कायदेशीर तरतूदींचा योग्य तो विचार करुनच मृत्यूपत्र बनवावे म्हणजे त्या मृत्यूपत्राला आव्हान देणे सहज शक्य होणार नाही.

मृत्यूपत्र तयार झाल्यानंतर ते कायदेशीर सल्लागाराकडे किंवा योग्य त्या अधिकाऱ्याकडे सुपूर्त करावे. यामुळे जेव्हा गरज असेल तेव्हा ते मृत्यूपत्र सादर केले जाऊ शकते.

मृत्यूपत्राचे रजिस्ट्रेशन:-

मृत्यूपत्राचे रजिस्ट्रेशन हे बंधनकारक नसले तरी आवश्यक आहे. मृत्यूपत्र रजिस्टर करण्यासाठी त्या भागातील रजिस्ट्रार किंवा सब रजिस्ट्रार समोर सादर करावे लागते. रजिस्ट्रारकडून सर्व कागदपत्राची तपासणी केल्यानंतर आणि सर्व शंकांचे समाधान झाल्यावर त्याची नोंद तारीख, वार, दिवस, तास इ. सह केली जाते. कोर्टामध्ये रजिस्टर्ड मृत्यूपत्र नेहमीच ग्राह्य धरण्यात येते.

मृत्यूपत्राचा दस्त हा नोंदणी करणेस वैकल्पिक (Optional) असून देखील नागरिक त्याची नोंदणी का करतात ?

मृत्युपत्र नोंदणी केल्याने मृत्युपत्रकर्त्याचे मुत्युनंतर त्याच्या कायदेशीर वारसांमध्ये मिळकतीबाबत वाद होण्याची शक्यता कमी होते. तसेच मिळकतीची व्यवस्था सुकर रितीने होण्यास मदत होते.

मृत्युपत्र नोंदणीसाठी किती नोंदणी फी देय आहे ?

मृत्युपत्र नोंदणीसाठी सध्या वर्ष २०२२ मध्ये रुपये 100/- इतकी नोंदणी फी देय आहे.

मृत्युपत्राचे दस्तावर मुद्रांक शुल्क दयावे लागते काय ?

मृत्युपत्राचे दस्तावर काहीही मुद्रांक शुल्क दयावे लागत नाही.

मृत्यूपत्र बदलता येते का ?

हो. एकदा केलेले मृत्यूपत्र तुम्ही बदलू शकता किंवा त्यामध्ये अमेंडमेंट्स म्हणजेच दुरूस्त्या किंवा सुधारणाही करता येतात. मालमत्तेची खरेदी-विक्री, लग्न किंवा घटस्फोट, मृत्यूपत्रामध्ये नमूद केलेल्या व्यक्तीचा मृत्यू, मुलांचा किंवा नातवंडांचा जन्म, इ. यासारख्या अनेक कारणांमुळे मृत्यूपत्र बदलण्याची गरज पडते. मृत्यूपत्र बदलण्याची प्रक्रिया अगदी सहज शक्य आहे. पहिले मृत्यूपत्र रद्द करून दुसरे मृत्यूपत्र करता येते किंवा मृत्यूपत्राला नवीन पुरवणी (codicil) कधीही जोडता येते. Codicil जोडण्यातानाही मृत्यूपत्राप्रमाणेच साक्षीदारांसमोर सही करावी लागते तसेच त्यावर साक्षीदारांची सही, तारीख , वार व वेळ व स्थळाचा उल्लेख असणेही आवश्यक आहे. मात्र नवीन मृत्यूपत्र तयार करताना अथवा Codicil जोडताना व्यक्ती शारीरिक आणि मानसिकदृष्ट्या स्वस्थ व सक्षम असणे अत्यंत आवश्यक आहे. अन्यथा Codicil किंवा नवीन मृत्यूपत्र ग्राह्य धरले जात नाही.

मृत्युपत्र केले तर ते पुन्हा रद्द करता येते का व ते कोणीही रद्द करू शकतात का?

एकापेक्षा अधिक इच्छापत्रं एकाच वेळी अस्तित्वात असतील तर तारखेनुसार/वेळेनुसार ज्या इच्छापत्रावर शेवटी स्वाक्षरी केली गेली असेल तेच ग्राह्य मानलं जाते.तर मृत्युपत्र हे रद्द करता येते परंतु ज्याने ते मृत्युपत्र बनवले आहे त्यालाच ते रद्द करण्याचे अधिकार

असतात इतर कोणालाही तो रद्द करण्याचा किंवा रद्द करून मागण्याचा अधिकार नसतो व नाही.

जर तुमची मिळकत भारतामध्ये वेगवेगळ्या ठिकाणी आहे व त्याचे तुम्हाला क्रयत्युपत्र बनवण्याकरिता वेगवेगळ्या ठिकाणचे मृत्युपत्र बनवावे लागतील का? तर सदर प्रत्येक मिळकतीचे वेगवेगळे मृत्युपत्र बनवण्याची काहीही आवश्यकता नाही तर एकाच मृत्युपत्र मध्ये तुम्ही सर्व मिळकतीचे समजेल असे व व्यवस्थित वर्णन करून ते बनवू शकता.

12

कायदेशीर नोटीस पाठविण्याचे फायदे

कोर्ट केसेस म्हटले की दोन प्रकारचे केसेस येतात त्यामध्ये प्रथम आहे ते दिवाणी दावे आणि दुसरे आहे ते फौजदारी दावे. दिवाणी दावे यामध्ये नोटीस पाठवली जाते, गंभीर फौजदारी केसेस मध्ये लीगल नोटीस पाठविता येत नाही. फौजदारी दावे मध्ये पोलीस तक्रार असते फौजदारी केसेस या गंभीर स्वरूपाच्या मानल्या जात्यात त्यामुळे या मध्ये नोटीस नसते. कायदेशीर नोटीस हि कोर्टाची पहिली पायरी मानली जाते. लीगल नोटीस पाठविणेचा वेळ हा वेगवेगळ्या कायद्यान मध्ये नमूद आहे. कोणताही दिवाणी दावा दाखल करण्यापूर्वी लीगल नोटीस पाठविणे गरजेचे असते. कायदशीर नोटीस हि अत्यंत महत्वाची असते. नोटीस हि अशी प्रक्रिया आहे जी सगळे भांडणे कोर्टाच्या बाहेरच मिटण्याची शक्यता असते. कायदेशीर नोटीस हि वकिलांमार्फत पाठविण्यात येते. थोडक्यात सांगायचे तर कायदेशीर नोटीसी मुळे अनेक प्रकरणे कोर्टाच्या बाहेरच मिटली जातात. कायदेशीर नोटीस पाठवून समोरील व्यक्तीस कळवले जाते कि, तुम्ही सदर नोटीस मधील मजकुर वाचून सदर प्रकरण मिटवावे किंवा त्यावर नोटीसीस उत्तर द्यावे अन्यथा तुमच्याविरुद्ध मे. कोर्टात कारवाही करण्यात येईल. कोर्ट कारवाही म्हटले की सगळे घाबरतात कारण त्यामध्ये सर्वांचा वेळ, कोर्ट फी, वकील फी, खर्च, मानसिक त्रास यांना सामोरे जाणार असतो त्यामुळे १०० % प्रकरण पैकी ८० % टक्के प्रकरण कोर्टाच्या बाहेर तडजोड करून नोटीस पाठविल्यामुळे

मिटविली जातात. कोर्ट म्हटले की कोर्ट स्टंप ड्युटी, वकिलांची फी, कोर्टात लागणारा वेळ यांमुळे कोर्ट कारवाही नको असे बोलून सामान्य लोक तडजोड करून प्रकरणे न्यायालायाच्या बाहेरच मिटवतात त्यामुळे नोटीस हि खूप महत्वाची असते.

घरगुती पती-पत्नीच्या भांडणामध्ये नोटीस पाठवण्याचे फायदे.

लीगल नोटीस आपण समजून घेतली आत्ता रोजच्या जीवनातील प्रकरणे जाणून घेऊया ज्यामध्ये नोटीस पाठवून कामे होतात. जसे की नवरा बायको मध्ये रोज-रोज भांडणे होतात, रागाच्या भरात बायको माहेरी निघून जाते. तसेच पती वेळोवेळी पत्नीला फोन करून घरी येण्याची विनंती करत असतो परंतु बायको काय येण्यास तयार नसते. मग नवरा ठरवतो की वकिलांकडून बायकोला नोटीस पाठवू. वकिलांच्या सल्ल्यावरून नवरा बायकोला नांदण्यासाठी येण्याची नोटीस पाठविण्याचे ठरवतात. त्यानुसार नोटीस तयार करून बायकोला पाठवली जाते. पत्नीच्या राहत्या घरी नोटीस पोस्टने पोहचते. नोटीस मध्ये लिहिलेले असते की तुम्ही ठराविक तारखेपासून कोणतेही कारण नसताना घर सोडून निघून गेलात तसेच माहेरी राहिलात. १५ दिवसाच्या आत पुन्हा नांदण्यासाठी या अथवा कोर्ट कारवाही करण्यात येईल व होणाऱ्या खर्चास व परिणामास सर्वस्वी तुम्ही जबाबदार राहाल. अश्या मजकुराची नोटीस पत्नीला मिळते. मग पत्नी सदर नोटीस घरातील आई, वडील, काका,मामा, दादा, यांना दाखवते त्यावर सर्व जन चर्चा करतात. घरातील वरिष्ठ तसेच जेष्ठ नातेवाईकांचा सल्ला घेऊन काय करायचे ठरवतात, मग घरातील लोक ठरवितात की कोर्ट कारवाही कशासाठी वकिलांचा सल्ला घेतात त्यानंतर पती-पत्नी यांची समजूत काढण्याचे ठरवतात बैठका चर्चा घेऊन प्रकरण कोर्टाच्या बाहेरच मिटविले जाते. त्यानंतर पती व पत्नी आपल्या आपल्या कुटुंबाला हमी देतात की यापुढे भांडण करणार नाही व सुखाने संसार करणार. अश्याप्रकारे एक नोटीस पाठविल्यामुळे घरघुती भांडणे मिटतात.

जर पती पत्नी मधील भांडणे मिटत नसतील तर कोर्टात जाऊन केसेस दाखल करतात अथवा घटस्फोट घेण्याचे देखील ठरवतात. काही प्रकरणांमध्ये घरगुती भांडणामुळे पती- पत्नी अनेक वर्षापासून वेगवेगळे राहत असतात. अशी प्रलंबित प्रकरणे देखील नोटीस पाठविल्यामुळे चर्चा करण्यास भाग पडतात व प्रकरणे मिटविण्याचे ठरवतात. पण नोटीस पाठविण्याच हाच फायदा आहे की जी प्रकरणे मिटत नाहीत किंवा अनेक वर्षापासून प्रलंबित आहेत अश्या विषयावर देखील विचार करण्यास भाग पडेत. लीगल नोटीसीस कायदेशीर महत्व असते कोर्टामध्ये लीगल नोटीसीला पुरावा देखील मानला जातो.

मालक-भाडेकरू यांचा वाद यामध्ये नोटीस पाठविण्याचे फायदे.

कधी-कधी भाडेकरू मालकाला वेळेवर पैसे देत नसेल तर मालक भाडेकरूला कायदेशीर नोटीस पाठवून पैशाची मागणी करू शकतो तसेच अनेक वेळा भाडेकरू घरभाडे न देताच फरार होतात तेव्हा मालक भाडेकरूच्या मूळ पत्यावर नोटीस पाठवू शकतो व थकलेल्या पैशाची मागणी करू शकतो. तेव्हा देखील भाडेकरू लीगल नोटीस पाहून तसेच कोर्ट कारवाही करणार या भीतीने थकलेली रक्कम देण्यास तयार होतात व सदर प्रकरण कोर्टाच्या बाहेरच मिटविले जाते. जर प्रकरण मिटत नसेल तर घर मालक थकीत रक्कम वसूल करण्यासाठी मे. कोर्टात दावा दाखल करू शकतात.

तसेच कधी-कधी भाडेकरू व घरमालक यांच्यातील भाडेकरारनामा संपलेला असतो व भाडेकरू सदनिका अथवा जागा खाली करण्यास तयार नसतो. तसेच भाडेकरू कधी कधी करारानुसार सदनिकेचा दुरुपयोग करत असेल अथवा भाडेकरारा नुसार वागत नसेल तर या प्रकरणामध्ये देखील घरमालक भाडेकरूला घर खाली करण्याबाबत नोटीस पाठवू शकतात. व नोटीस पाहून भाडेकरू देखील घर खाली करतात. तसे न झाल्यास मालक कोर्टात केस दाखल करू शकतात.

बिल्डर वेळेवर सदनिका देत नसेल अथवा बिल्डर सदनिका धारक याच्यातील वाद यामध्ये नोटीस पाठविण्याचे फायदे

प्रत्येकाचे स्वप्न असते की स्वताचे घर असावे, त्यानुसार नोकरी करून, पैसे कमवून, लोन काढून अनेक लोक सदनिका विकत घेतात. परंतु कधी कधी आपली सदनिका घेताने बिल्डर कडून फसवणूक होते. कधी-कधी सदनिकेचे बांधकाम अतिशय निकृष्ट दर्ज्याचे असते , टेरेस गळत असते, भिंतीना रंग नसतो भिंतींच्या पापड्या निघून येतेता, पार्किंग नसते, ठरवलेल्या प्रमाणे सोई सुविधा नसतात, कधी कधी बुकिंग रक्कम घेऊनही सदनिकेचा ताबा बिल्डर देत नसतात, जाणूनबुजून सदनिकेचे महत्वाचे पेपर देत नसतात, तसेच कधी कधी सदनिका अनेक वर्ष सदनिका काम पुर्ण न करताच अपूर्ण ठेवतात, कधी कधी बिल्डर सदनिका धारक यांना कनव्हेन्स दीड बनून देण्यास टाळाटाळ करत असतात. अश्या सर्व बिल्डर आणि सदनिका धारक बिल्डर ला नोटीस पाठवू शकतात. यामध्ये अनेक फायद्याचे कायदे असल्यामुळे बिल्डर शक्यतो कोर्ट केस टाळण्यासाठी लगेच सदनिका धारकांच्या मागण्या पुर्ण करून देतात. सदनिका धारक रेरा तसेच ग्राहक संरक्षण कायदा यांचा उपयोग करून बिल्डर यांना नोटीस पाठवू शकता. तसेच सदर प्रकरणे न मिटल्यास रेरा अथवा ग्राहक मंच यांच्याकडे न्याय मागू शकता.

ग्राहक वाद यामध्ये नोटीस पाठविण्याचे फायदे

दैनंदिन जीवनात आपण काही ना काहीतरी खरेदी करत असतो त्यामध्ये आपली मोटार कार , दुचाकी, मोबाईल, टीव्ही, तसेच इतर कोणत्याही प्रकारची वस्तू विकत घेतो. बऱ्याच वेळा सदर वस्तूंमध्ये दोष दिसून येतो त्यामुळे आपण ज्या दुकानातून वस्तू घेतली तेथे तक्रार देतो तेव्हा दुकानदार हा संबंधित कंपणीशी संपर्क करा असे सल्ले देऊन टाळाटाळ करत असतो. यामध्ये देखील आपण नोटीस पाठवू शकतो तसेच आपण जिथून वस्तू विकत घेतली त्या दुकानदाराला देखील नोटीस पाठवू शकतो तसेच वस्तू ज्या कंपनीची

आहे त्या कंपनीला देखील नोटीस पाठवू शकतो. बऱ्याच वेळा कंपनीला नोटीस पाठविल्यानंतर कंपनी मोठी असल्याने तसेच कंपनीचे नाव खराब होऊ नये हा हेतू ठेऊन ग्राहकाची तक्रार घेऊन वस्तू मध्ये जो काही दोष असतो तो काढून देतात अथवा वस्तू बदलून देतात. त्यामुळे अनेक ग्राहक वाद देखील एका नोटीस द्वारे मिटले जातात. बऱ्याच वेळा वस्तू दोष अथवा सर्विस देण्यास टाळाटाळ करतात तेव्हा ग्राहक हा सदर ग्राहक वाद ग्राहक मंचासमोर दाखल करून न्याय मागू शकतो. तसेच ग्राहक मंच यांना ग्राहकावर अन्याय झाला आहे असे पटवून दिले तर मंच वस्तू दोष काढण्याचे अथवा वस्तू नवीन देण्याचे आदेश करतात तसेच ग्राहकाला झालेल्या नुकसान भरपाई देखील मंजूर केली जाते. त्यामुळे ग्राहक हा नेहमीच फायद्यात असतो.

कंपनी वाद यामध्ये नोटीस पाठविण्याचे फायदे.

कंपनी वाद म्हटले की कंपनी भरपूर मोठी असते. कंपनी ते कंपनी मध्ये करार असतात त्या करारानुसार कंपनीने ठराविक कालावधीत काम नाही केले तर एक कंपनी दुसऱ्या कंपनीला नोटीस पाठवते. तसेच बऱ्याच वेळा कंपनी आणि कामगार असा वाद असतो त्यामध्ये कामावरून काढणे, कामावरून कमी करणे, पगार न देणे इत्यादी बाबींसाठी नोटीस पाठविली जाते. तसेच एखाद्या कामगाराला विनाकारण कामावरून काढून टाकले जाते त्यावेळेस कामगार कंपनीला नोटीस पाठवू शकतो. अश्या प्रकारचे वाद असतील तर ते देखील नोटीस पाठविल्यानंतर तडजोड होऊन मिटले जातात.

भागीदारी व्यवसाय वाद यामध्ये नोटीस पाठविण्याचे फायदे

भागीदारी म्हटले की २ किंवा त्यापेक्षा जास्त भागीदार एकत्र सुरु केलेला व्यवसाय याला भागीदारी व्यवसाय म्हणतात. कधी कधी एक भागीदार दुसऱ्या भागीदाराला हिशोब देत नसेल, व्यवसायातील नफा देत नसेल, फागीदारी बंद करायची असेल तसेच भागीदारी मधून बाहेर पडायचे असेल, किंवा कोणत्याही कारणासाठी जो भागीदारी

व्यवसायाशी निगडीत असेल या कारणासाठी एक भागीदार दुसऱ्या भागीदाराला नोटीस पाठवू शकतो. यामध्ये देखील नोटीस पाठविल्यामुळे कोर्ट कचेरी नको या कारणावरून तडजोड होऊन प्रकरणे मिटवीली जातात.

इतर दिवाणी प्रकरणे

इतर कोणत्याही दिवाणी प्रकरणामध्ये एक पक्ष दुसऱ्या पक्षकाराला नोटीस पाठवू शकतो. जो की दिवाणी दावा असला पाहिजे. यामध्ये पैशाचा वाद असो किंवा मालमत्ता इत्यादी जिथे तुमचे हक्क येतात तिथे तुम्ही नोटीस पाठऊ शकता.

नोटीस देऊनही तडजोड होत नसेल तर काय करावे ??

काही वेळा समोरील पक्षकार हे नोटीस वर तडजोड करण्यास तयार होत नाहीत. अशा प्रकरणामध्ये मे. कोर्टात केस दाखल करावी. तसेच केस दाखल केल्या नंतर कोर्ट समोरील पक्षाकार यांना नोटीस पाठवितात की तुमच्या विरुद्ध दावा दाखल झाला आहे तुम्ही तुमच्या वाकीलासोबत हजर रहा. कोर्टाची नोटीस पाहून देखील प्रकरणे मिटली जातात. जी प्रकरणे तडजोड करून मिटत नसतात ती कोर्टात प्रकरणे चालवावी लागतात. कोर्टात देखील प्रकरणे प्रलंबित असताना देखील दोन्ही पक्षकार तडजोड करण्याची शक्यता असते व जर प्रकरण मिटलेच नाही तर मे. कोर्टत केस चालते व साक्ष व पुरावे यांना पाहुन मे.कोर्ट आदेश देतात. मे. कोर्ट जे आदेश करतील ते दोन्ही पार्टीस मान्य करावे लागतात. त्यामुळे नोटीस हि खूप महत्वाची असते. त्यामुळे कोर्टाची पायरी चढली तर फायद्यात राहाल.

13

ऑनलाईन तक्रार निवारण प्रणाली

अनेक वेळा प्रश्न पडतो की सरकारी कामे होत नाहीत. त्यामुळे अश्या अधिकारी यांचे काय करावे. तर मी तुम्हाला आज तुम्हाला ऑनलाइन तक्रार कोठे करावी या विषयी सांगणार आहे त्यामुळे तुम्ही तुमची तक्रार घरी बसल्या देऊ शकता. सदर तक्रार हि कोणत्याही स्वरुपाची असो तुम्ही घरी आपल्या मोबाईल किंवा संगणकावरून ऑनलाईन तक्रार देऊ शकता. महाराष्ट्र शासन यांनी सदर तक्रार मंच आपल्या सेवेसाठी चालू केला आहे. या पोर्टल वर संपूर्ण सरकारी कामांची तक्रार करू शकता. त्याची माहिती तुम्हाला खालीलप्रमाणे कळेल.

नागरिक आणि प्रशासन यांना ऑनलाईन संवाद साधण्यासाठी सेतू निर्माण करणारा " आपले सरकार " हा शासनाचा महत्वपूर्ण प्रकल्प आहे. राज्यातील नागरिकांना त्यांच्या तक्रारींचे ऑनलाईन पद्धतीने एकाच ठिकाणी निवारण करून घेता यावे हा या प्रकल्पाचा हेतू आहे. राज्यातील नागरिकांसाठी ऑनलाईन पद्धतीने तक्रार दाखल करता यावी तसेच प्रशासनाने ऑनलाईन पद्धतीने अशा तक्रारींचे निवारण करावे यासाठी " आपले सरकार " ही तक्रार निवारण प्रणाली मंत्रालयीन विभागाबरोबरच राज्यातील सर्व ३६ जिल्हयांमध्ये कार्यान्वित करण्यात आलेली आहे. सदर तक्रार निवारण प्रणाली www.aaplesarkar.maharashtra.gov.in या संकेतस्थळावर

उपलब्ध करून देण्यात आलेली आहे.

सदर प्रणालीच्या प्रभावी अंमलबजावणीसाठी सदर प्रणालीचे प्रशासकीय व तांत्रिक दृष्टीकोनातून योग्य व्यवस्थापन होणे आवश्यक आहे. त्यसाठी ऑनलाईन तक्रार दाखल करण्याची प्रक्रिया, प्रशासनाकडून तक्रारींचे ऑनलाईन निवारण आणि वरिष्ठ कार्यालयांकडून या प्रक्रियेचे संनियंत्रण इ. संदर्भात प्रणालीच्या अंमलबजावणीसंबंधीची कार्यपद्धती विहित करण्याची बाब शासनाच्या काही काळ विचारधीन होती.

वरील पार्श्वभूमीवर साकल्याने विचार केल्यानंतर शासन दिनांक २४ ऑगस्ट २०१६ पासून " आपले सरकार " या संगणकीकृत तक्रार निवारण प्रणालीच्या अमलबजावणीसाठी खालील कार्यपद्धती विहित केली आहे,

ऑनलाईन तक्रार दाखल करण्याच्या कार्यपद्धती :

१. ही प्रणाली पूर्णत : संगणकीकृत असून सदर प्रणालीचे कामकाज ऑनलाईन असणार आहे. नागरिक संगणक वा मोबाईल ऑपच्या साहाय्याने या प्रणालीचा वापर करू शकतील.

२. ऑनलाईन तक्रार नोंदविण्यासाठी नागरिकांना तक्रार निवारण प्रणालीच्या मुख्यपृष्ठावरील " नागरिक लॉगीन" वर क्लीक करून मोबाईल नंबर आणि इमेल आयडी इ. माहिती भरून लॉगइन करणे आवश्यक आहे.

३. लॉगइन झाल्यानंतर " तक्रार दाखल करा " या शीर्षावर क्लीक करून तक्रारीची माहिती भरावी लागेल. तक्रारीचे जलद आणि प्रभावीपणे निराकरण होण्यासाठी नागरिकांनी योग्य त्या प्रशासकीय

पातळीची निवड करणे आवश्यक आहे. त्यानुसार " मंत्रालयीन पातळी" आणि " जिल्हा पातळी " या पर्यायांमधून योग्य तो पर्याय निवडावा. क्षेत्रीय कार्यालयांशी संबंधित अंमलबजावणीविषयक तक्रारी जिल्हापातळीवर करणे आवश्यक आहे. तर धोरणात्मक वा मंत्रालयीन विभागांशी संबंधित तक्रारी मंत्रालयीन पातळीवरती दाखल कराव्यात.

४. जिल्हा पातळी निवडल्यानंतर नागरिक पुढीलपैकी योग्य त्या एका प्रशासन प्रकाराची निवड करू शकतील :- जिल्हाधिकारी, जिल्हापरिषद, पोलीस आयुक्त / पोलीस अधीक्षक अथवा महानगरपालिका, तसेच मंत्रालयीन विभागांमधून योग्य त्या प्रशासकीय विभागाची निवड करावी.

५. तद्नंतर " तक्रारीचे स्वरूप" या शीर्षाखाली दर्शविलेल्या बाबींमधून योग्य तक्रारस्वरूप (तक्रारीचा विषय) निवडावे. तक्रारीचे वर्णन कमाल २००० वर्णांमध्ये (characters) करावे. तक्रारीच्या पृष्ठयर्थ जोडपत्र जोडायचे असल्यास ते जोडण्याची सुविधाही प्रणालीमध्ये उपलब्ध आहे.

६. वरीलप्रमाणे कार्यवाही पुर्ण झाल्यानंतर " सादर " या बटनावर क्लिक करून तक्रार अपलोड करता येईल.

७. तक्रार दाखल करताना काही तांत्रिक अडचणी उद्भवल्यास नागरिक या पोर्टलवरील हेल्पलाईन क्रमांक / कॉल सेंटरची मदत घेऊ शकतील.

८. या प्रणालीत तक्रारींची नोंद झाल्यानंतर नागरिकांनी दिलेल्या मोबाईल क्रमांकावर लघु संदेशाद्वारे (sms) द्वारे तसेच email द्वारे तक्रारीचा टोकन क्रमांक कळविण्यात येतो.

९. तक्रार निवारणाचा कालावधी २१ कार्यालयीन दिवसांचा असेल.

१०. " तक्रारीचा मागोवा " या पर्यायाचा वापर करून तक्रारदारास तक्रारीची सद्यस्थिती ऑनलाईन पद्धतीने जाणून घेता येते.

११. तक्रार निवारण झाल्यानंतर ७ कार्यालयीन दिवसांमध्ये तक्रारदारास " समाधानी" वा " असमाधानी" असल्याचे मत ह्या प्रणालीत नोंदविता येते.

१२. " आपले सरकार" या प्रणालीवर प्राप्त होणाऱ्या तक्रारींपैकी निवडक तक्रारींवर मंत्रालयातील लोकशाही दिनात मा. मुख्यमंत्री तक्रारदारास व्हिडीओ कॉन्फरन्सींग द्वारे सुनावणी घेऊन तक्रारीच्या निवारणासाठी योग्य ते आदेश देतील अशी तरतूद करण्यात आलेली आहे.

प्रशासनाकडून तक्रार निवारणाची करावयाची कार्यवाही पद्धत जाणून घेऊया

१. तक्रारीच्या निवारणासाठी मंत्रालयातील प्रत्येक विभागामध्ये सहसचिव / उपसचिव दर्ज्याच्या अधिकाऱ्याची " नोडेल अधिकारी म्हणून नियुक्ती केलेली असते.तसेच जिल्हा पातळीवर जिल्हाधिकारी कार्यालयात निवासी उपजिल्हाधिकारी, जिल्हा परिषदेमध्ये उप-मुख्य कार्यकारी अधिकारी (सर्व साधारण), पोलीस अधीक्षक कार्यालयात उपाधीक्षक (गृह), पोलीस आयुक्तालयात पोलीस उपयुक्त (मुख्यालय) तर महानगरपालिकांमध्ये उपायुक्त (मुख्यालय) या अधिकाऱ्यांची " नोडल अधिकारी" म्हणून नियुक्ती करण्यात येते.

२. दाखल झालेल्या तक्रारी संबंधित मंत्रालयीन विभाग किंवा जिल्हा प्रशासन (जिल्हाधिकारी)/ मुख्य कार्यकारी अधिकारी, जिल्हा परिषद

/ पोलीस आयुक्त / जिल्हा पोलीस अधीक्षक / महानगरपालिका आयुक्त यांच्या नोडल अधिकाऱ्यांकडे ऑनलाईन पद्धतीने पाठविल्या जातात.

३. मंत्रालयीन तसेच जिल्हापातळीवरती एका विभागाकडून दुसऱ्या विभागाकडे तक्रार हस्तांतरण करावयाची झाल्यास तक्रार प्राप्त झाल्यापासून ५ कार्यालयीन दिवसांच्या आत ऑनलाइन हस्तांतरीत करण्यात येतात.

४. मंत्रालयीन प्रशासकीय विभागातील नोडल अधिकारी विभागात प्राप्त झालेल्या तक्रारी संबंधित सह/ उप सचिवांकडे पाठवितात. संबंधित सह/ उप सचिव त्यांच्या अधिनस्त अधिकाऱ्यांकडून, आवश्यकतेनुसार क्षेत्रीय अधिकाऱ्यांकडून ऑनलाईन अहवाल प्राप्त करून घेऊन, तक्रारींचे निवारण करतील, नोडल अधिकारी विभागात प्राप्त झालेल्या तक्रारींच्या निवारणाच्या कामाचा समन्वय करतील, मात्र विभागात प्राप्त झालेल्या तक्रारींच्या निवारणासाठी संबंधित प्रशासकीय विभागाचे सचिव / प्रधान सचिव / अप्पर मुख्य सचिव व्यक्तिशः जबाबदार असतील.

५. जिल्हा पातळीवरती नोडल अधिकारी तक्रार निवारणाच्या कामात त्यांना मदत व्हावी म्हणून अतिरिक्त अशा शाखानिहाय अधिकाऱ्यांची नियुक्ती करू शकतात. नोडल अधिकारी व शाखा अधिकारी आवश्यकता भासल्यास तक्रारीच्या अनुषंगाने संबंधित क्षेत्रीय कार्यालयाकडून ऑनलाईन अहवाल मागवू शकतील. मात्र तक्रारींचे निराकरण शाखा अधिकारी करतील. तक्रार निवारणासाठी जिल्हाधिकारी / मुख्य कार्य अधिकारी / पोलीस आयुक्त/ पोलीस अधीक्षक किंवा महापालिका आयुक्त व्यक्तिशः जबाबदार असतील.

६. सर्वसाधारणपणे तक्रार प्राप्त झाल्यावर २१ कार्यालयीन दिवसात निराकरण करणे आवश्यक आहे. सदर कालावधीत तक्रार निवारण न झाल्यास तक्रारदार संबंधित नोडल अधिकारी यांचेकडे विचारणा करू

शकतील. समाधान न झाल्यास, तक्रारदार जिल्हास्तरीय तक्रारींबाबत संबंधित जिल्हा प्रशासन प्रमुख (जिल्हाधिकारी, मुख्य कार्यकारी अधिकारी, पोलीस आयुक्त / जिल्हा पोलीस अधीक्षक वा महापालिका आयुक्त) यांचेकडे तर मंत्रालयीन पातळीवरच्या तक्रारीबाबत संबंधित मंत्रालयीन प्रशासकीय विभागाचे सचिव / प्रधान सचिव / अपर मुख्य सचिव यांचेकडे प्रलंबित तक्रारीबाबत विचारणा करू शकतील.

७. जिल्हा पातळीवरील सर्व संबंधित अधिकाऱ्यांना सदर प्रणालीचे प्रशिक्षण तसेच वेळोवेळी लागणारी तांत्रिक मदत पुरविण्याचे काम जिल्हाधिकारी कार्यालयात कार्यरत असणारे "इ जिल्हा प्रकल्प व्यवस्थापक" (e-District Project Manager / Through District NIC) करतील तर मंत्रालय स्तरावरील प्रशासकीय विभागांतील अधिकाऱ्यांना प्रणालीचे प्रशिक्षण तसेच तांत्रिक सहाय्य पुरविण्याचे काम माहिती तंत्रज्ञान संचालनालयामार्फत नियुक्त करण्यात आलेले कर्मचारी करतील.

तक्रारीचे संनियंत्रण करण्याबाबतची कारवाही :-

१. या प्रणालीवर प्राप्त तक्रारींचे संनियंत्रण करण्याकरिता मंत्रालय स्तरावर संबंधित प्रशासकीय विभागाचे सचिव / प्रधान सचिव / अपर मुख्य सचिव यांनी तर जिल्हा स्तरावर संबंधित जिल्हाधिकारी / मुख्य कार्यकारी अधिकारी / पोलीस आयुक्त / जिल्हा पोलीस अधीक्षक / महापालिका आयुक्त यांचेकडून प्रत्येक महिन्याच्या १० तारखेपूर्वी आढावा बैठक घेण्यात येते. विभागीय स्तरावरील संबंधित पर्यवेक्षीय अधिकारीही त्यांच्या अंतर्गत कार्यरत संबंधित जिल्हा प्रशासनाच्या कामकाजाचा आढावा वेळोवेळी घेतील. त्याचप्रमाणे मा. मुख्य सचिव तसेच मा. मुख्यमंत्री कार्यालयाकडूनही उक्त प्रणालीत दाखल झालेल्या तक्रार निवारण कामकाजाचा वेळोवेळी आढावा घेण्यात येतो.

२. मंत्रालय तसेच जिल्हा स्तरावर विविध टप्प्यांवर तक्रारींचे संनियंत्रण होत असते. त्यामुळे विहित कालावधीत तक्रार निवारण करण्याच्या दृष्टीकोनातून संबंधित तक्रार निवारण अधिकारी यांनी दररोज लॉगीनआयडी वापरून स्वत:चे अकाऊंट तपासतो. तसेच सर्व तक्रारींचे विहित कालमर्यादेत निवारण होईल याची व्यक्तिशः दक्षता घेत असतो.

३. या प्रणालीच्या आज्ञावलीमध्ये वेळोवेळी लागणाऱ्या अपडेट्स / वृद्धी, आज्ञावलीची देखभाल , *it infrastructure*, आवश्यक कनेक्टिव्हीटी / सर्व्हर्स, कॉल सेंटर इ. माहिती तंत्रज्ञान विषयक बाबींची हाताळणी माहिती व तंत्रज्ञान संचालनालय यांचेकडून करण्यात येते.

४. सर्व जिल्हाधिकारी, जिल्हा परिषदांचे मुख्य कार्यकारी अधिकारी, पोलीस आयुक्त, जिल्हा पोलीस अधीक्षक, महापालिका आयुक्य यांनी त्याचे जिल्हा मुख्यालय त्याचप्रमाणे संबंधित तालुका स्तरावरील कार्यालये येथे आपले सरकार- तक्रार निवारण प्रणालीबाबत व्यापक प्रसिद्धी द्यावी व त्यांच्या अधिनस्त अधिकारी/ कर्मचारी यांना उक्त प्रणालीच्या प्रभावी अंमलबजावणीसाठी जरूर त्या सूचना देतात.

५. सदर शासन निर्णय महाराष्ट्र शासनाच्या *www.maharashtra.gov.in* या संकेतस्थळावर उपलब्ध असून त्याचा संगणक संकेताक २०१६०८२४१४३०३३९२०७ असा आहे. तसेच डिजीटल स्वाक्षरीने साक्षांकित करून निर्गमित करण्यात आलेला आहे.

आपण या पोर्टल विषयी प्रश्न- उत्तर द्वारे अधिक माहिती जाणून घेउया.

1. तक्रार निवारण मंचाचा हेतू आणि उद्दिष्ट काय आहे ?

हेतू:- नागरिकांना त्यांच्या मोबाईल फोन किंवा संगणकाच्या माध्यमातून तक्रार दाखल करण्याची सुविधा प्रदान करण्यासाठी या पोर्टलची निर्मिती करण्यात आली आहे. या सुविधेमुळे त्यांना तक्रार नोंदविण्यासाठी एखाद्या ठिकाणी प्रत्यक्ष उपस्थित राहण्याची गरज भासत नाही. त्याचबरोबर, तक्रारीच्या सद्यस्थितीचा पाठपुरावा करता येतो आणि निवारणामुळे समाधान झाले किंवा नाही याबाबतचा अभिप्रायही देण्याची सुविधा प्राप्त होते. ही यंत्रणा मुख्यमंत्री कार्यालयाला सर्व तक्रारींचा काळजीपूर्वक पाठपुरावा करू देते आणि प्रत्येक प्रकरणात योग्य कारवाई करण्यात आल्याची खातरजमा करते.

उद्दिष्ट:- प्रशासनाद्वारे नागरिकांच्या तक्रारींचे जलदगतीने, सोईस्कर आणि प्रभावी निवारण करणे, हे या पोर्टलचे उद्दिष्ट आहे.

२. तुम्ही कोणत्या प्रकारच्या तक्रारी दाखल करू शकतो ?

राज्यातील शासकीय कार्यालयांच्या संबंधित कामकाजाच्या अनुषंगाने कोणतीही तक्रारी दाखल केली जाऊ शकते. दाखल करावयाची तक्रार ही धोरणात्मक बाबींशी संबंधित (मंत्रालय पातळी) वा इतर - क्षेत्रीय कार्यालयांच्या कामकाजासंबंधी (जिल्हा पातळी) असू शकते.

३. कोणत्या प्रकारच्या तक्रारींचे निवारण पोर्टलद्वारे केले जाणार नाही ?

(अ) न्यायप्रविष्ट प्रकरणे किंवा निकालाधीन असणारी कोणतीही,

(ब) विभाग, जिल्हा किंवा उप-विभागीय स्तरावरील योग्य प्राधिकरणासमोर उपस्थित न केलेले वैयक्तिक आणि

(क) माहितीचा अधिकार संबंधित प्रकरणे.

४. राज्य सरकारच्या अधिकार कक्षेबाहेरच्या संस्था (उदा. रेल्वे, बँका, रिझर्व्ह बँक इ.) यांचे विरुध्द तक्रार दाखल करता येईल का ?

नाही. राज्य सरकारच्या अधिकार कक्षेबाहेरच्या संस्थाबाबतची तक्रार या पोर्टलवर दाखल करता येणार नाही.

५. आपले सरकार तक्रार निवारण पोर्टल मी मराठी भाषेत पाहू इच्छित असल्यास, काय करावे ?

पोर्टल दोन्ही मराठी व इंग्रजी भाषा स्वरूपात पाहिली जाऊ शकते. पोर्टलवर स्क्रीनच्या वरच्या उजव्या कोपऱ्यात असलेल्या ड्रॉपडाउनमधून योग्य भाषा निवडता येते.

६. मी तक्रार कोणत्या भाषेमध्ये दाखल करू शकतो ?

आपण आपली तक्रार मराठी किंवा इंग्रजी यापैकी कुठल्याही एका भाषेमध्ये सादर करू शकता.

७. मला या प्रणालीत प्रवेश करण्यासाठी (login) काय तपशील आवश्यक आहे ?

आपण आपला वैध ई-मेल आयडी आणि मोबाइल नंबर प्रणालीमध्ये भरणे आवश्यक आहे. एका वेळेसाठीचा पासवर्ड (OTP), जो मोबाइल क्रमांक आणि इमेल ID वर पाठवला जाईल, तो प्रविष्ट करणे आवश्यक आहे. (तक्रार ही वैध ओळख असणाऱ्या नागरीकाकडूनच

दाखल केली जात आहे, याची खात्री करण्यासाठी ही प्रक्रिया आहे)

८. दोन्हीही, मोबाईल नंबर तसेच ई-मेल आयडी, प्रणालीमध्ये भरणे अनिवार्य आहे काय ?

होय, तपासणी कारणास्तव दोन्ही तपशील आवश्यक आहेत.

९.माझ्या मोबाईल / ई-मेल आयडी वर OTP प्राप्त न झाल्यास काय करावे ?

विनंती दाखल केल्यानंतर 120 सेकंदात जर OTP मिळाला नाही तर " OTP पुन्हा पाठवा" हे बटण पडद्यावर सक्षम केले जाईल. सदर बटन दाबून एक नवीन OTP मागविता येईल.

१०.तक्रार दाखल करताना, मी माझे नाव कुठे लिहावे ?

प्रणाली मध्ये लॉग इन केल्यानंतर, OTP च्या वेळी प्रविष्ट केलेल्या इमेल आयडीच्या आधारे, वापरकर्ता नाव पूर्व प्रसिद्ध होते. (उदा. जर ABC@xyz.com हा इमेल आयडी असेल तर "एबीसी " हे पूर्व-प्रसिध्द नाव असेल). आवश्यक असेल तर हे नाव, तक्रार दाखल करतेवेळी सुधारित केले जाऊ शकते.

११.मला माझा जिल्हा आणि तालुका यांचा तपशील देणे सक्तीचे का आहे ?

तक्रारीचे निराकरण करण्यासाठी तक्रार ही योग्य जिल्हा प्रशासनास वर्ग करणे /देणे आवश्यक असल्यामुळे जिल्हा आणि तालुका यांचा

तपशील अतिशय महत्वाचा आहे.

१२.तक्रार दाखल करण्यासाठीचे विविध प्रशासन स्तर कोणते आहेत ?

सध्या तक्रारी २ प्रशासन पातळीवरती दाखल केल्या जाऊ शकतात - जिल्हा स्तर/पातळी आणि मंत्रालय स्तर/पातळी.

१३.एकच तक्रार मी जिल्हा तसेच मंत्रालय या २ स्तरांवरती करू शकतो का ?

एक तक्रार फक्त एकाच प्रशासन स्तरावर दाखल केली जाऊ शकते. आपली तक्रार ही राज्याच्या धोरणाशी संबंधित असेल तर मंत्रालय स्तरावर दाखल करा, आणि इतर सर्व तक्रारी जिल्हा स्तरावर दाखल करा.

१४."प्रशासन प्रकार "म्हणजे काय ?

तक्रार निवारण प्रणालीसाठी सध्या 4 प्रशासन प्रकार निवडण्यात आलेले आहेत - जिल्हाधिकारी, जिल्हा परिषद, पोलिस आणि महानगरपालिका.

१५.'तक्रारीचे स्वरूप' 'याचा अर्थ काय आहे ?

तक्रारीचे स्वरूप म्हणजे थोडक्यात आपल्या तक्रारिचा विषय. तो प्रत्येक प्रशासन प्रकार / विभागासाठी 'तक्रार स्वरूप' च्या ड्रॉपडाउन मध्ये उपलब्ध करून देण्यात आलेला आहे.

१६. जर माझ्या तक्रारीचा विषय हा 'तक्रार स्वरूप' च्या ड्रॉप डाउनमध्ये उपलब्ध असलेल्या विषयांशी जुळत नसेल तर मी काय करावे ?

तक्रार स्वरूप' च्या ड्रॉप डाउन मध्ये पर्याय 'इतर' निवडा आणि टेक्स्ट बॉक्समध्ये आपल्या तक्रारीचा विषय नमूद करा.

१७. तक्रार दाखल करण्यासाठी जर मंत्रालयातील विभागाची माहिती नसेल तर काय करावे ?

तक्रार स्वरूप' च्या ड्रॉप डाउन मध्ये पर्याय 'इतर' निवडा आणि टेक्स्ट बॉक्समध्ये आपल्या तक्रारीचा विषय नमूद करा.

१८. मी तक्रारी सोबत आधार दस्तऐवज (supporting documents) संलग्न (attach) करू शकतो का ?

होय. तक्रार सादर करताना आपल्या तक्रारी सोबत आपण आधार दस्तऐवज (प्रतिमा / पीडीएफ) अपलोड करू शकता. आधार दस्तऐवज अपलोड करण्यासाठी 'फाइल निवडा' बटणावर क्लिक करणे आवश्यक आहे

१९. मी कॅप्चा प्रविष्ट करणे का आवश्यक आहे ?

तक्रार स्पॅमर किंवा मशीन द्वारे दाखल केली जात नसून वैध नागरीकाकडूनच दाखल केली जात आहे, याची खात्री करण्यासाठी कॅप्चा हे एक सुरक्षा साधन आहे.

२०. मी आधार दस्तऐवज (*supporting documents*) अपलोड करणे विसरलो तर काय ?

आधार कागदपत्रे (*supporting documents*) संलग्न करून आपण नव्याने (पुन्हा) तक्रार अपलोड करू शकता. कृपया नवीन तक्रारीमध्ये मागील तक्रारिचा टोकन क्रमांकाचा उल्लेख करावा.

२१. नागरिकाने तक्रार दाखल केल्यानंतर तक्रारदार नागरिकाला तक्रारीबाबत अद्ययावत माहिती देण्यासाठी तक्रार निवारण मंचाची कार्यपद्धती काय आहे ?

(अ) तक्रार यशस्वीरित्या दाखल केल्यानंतर यंत्रणेद्वारे एक ई-पोचपावती जारी केली जाते.

(ब) संबंधित प्रशासनाला/विभागाला तक्रार प्राप्त झाल्यानंतर त्यावर कारवाई सुरू असल्याची अद्ययावत माहिती तक्रारदार नागरिकाला पोर्टलवर प्राप्त होते.

(क) तक्रारीचे निवारण झाल्यानंतर नागरिकाला तसे कळविले जाते आणि अभिप्राय नोंदविण्याची विनंती केली जाते.

२२. माझी तक्रार किती दिवसात सोडवली जाईल ?

आपल्या तक्रारीचे 21 दिवसांत निराकरण होणे अपेक्षित आहे.

२३. पोर्टलवर तक्रार दाखल केल्यानंतर प्रशासनाकडून कशा प्रकारे कारवाई केली जाते ?

तक्रार दाखल करताना नागरिकाने निवडलेल्या पर्यायानुसार संबंधित प्रशासनाला /विभागाला तक्रार प्राप्त होते. तक्रार प्राप्त करणारा विभाग तक्रारीचे निवारण करतो.

२४. माझ्या तक्रारीचे निवारण झाले आहे, हे मला कसे कळेल ?

आपल्या नोंदणीकृत मोबाईल नंबर आणि ई-मेल आयडी वर एक स्वयंचलित संदेश प्राप्त होईल. आपण पोर्टल लॉगिन करा आणि "ट्रॅक तक्रार स्थिती" या सदराखाली तपशीलवार प्रतिसाद पाहू शकता.

२५. आधीच सादर केलेल्या माझ्या तक्रारी मी ट्रॅक (मागोवा) करू शकतो काय ?

आपण आपल्या प्रोफाइल मध्ये लॉग इन करा (तक्रार दाखल करण्यासाठी वापरलेले मोबाइल नंबर आणि ई-मेल आयडी वापरून) आणि "ट्रॅक तक्रार स्थिती" टॅब अंतर्गत सादर केलेल्या सर्व तक्रारींची सद्य स्थिती बघू शकता.

२६. माझ्या तक्रार निवारनेच्या गुणवत्तेबाबद अभिप्राय देण्यासाठी काही यंत्रणा आहे का ?

होय. आपण एकतर 'समाधानी' किंवा 'असमाधानी' म्हणून प्रत्येक तक्रारिचा अभिप्राय नोंदवू शकता. तुमचा अभिप्राय स्पष्ट करण्यासाठी टिप्पण्याही प्रदान करू शकता.

२७. जर चूकीचा जिल्हा निवडून तक्रार दाखल केली गेली तर काय करावे ?

आपण योग्य जिल्हा निवडून पुन्हा एक नवीन तक्रार दाखल करणे आवश्यक आहे. कृपया मागील तक्रारिच्या टोकन क्रमांकाचा उल्लेख करावा.

२८. टपाल सेवेमार्फत तक्रार दाखल करता येईल का ?

तक्रार निवारण मंच ही पूर्णपणे ऑनलाईन यंत्रणा आहे आणि त्यामुळे येथे टपाल सेवेमार्फत तक्रार दाखल करता येणार नाही.

तुम्ही कोणत्याही प्रकारची महाराष्ट्र शासन अंतर्गत सरकारी कामाची / विभागाची / अधिकाऱ्याची तक्रार या पोर्टलवर करू शकता.

14

पोटगी / भरणपोषण आणि कायदे

पोटगी अथवा भरणपोषण म्हणजेच पैश्याच्या स्वरुपात दिला जाणारा देखभाल खर्च जो पत्नी आणि तिच्या मुलांना दैनंदिन जीवनामध्ये उपयोगी पडतो. पत्नी व तिच्या मुल्लांना दिला जाणारा देखभाल खर्च यालाच पोटगी असे पारंपारिक शब्दाने ओळखले जाते. भारतात पोटगी संदर्भात महिलांना कायदेशीर अधिकार आहेत ज्या विविध कायद्यांद्वारे पोटगी मिळणेकामी दावा करु शकतात व देखभाल खर्च म्हणजेच पोटगी मागू शकतात. पोटगी मिळणेकामी जेव्हा मे. न्यायालय अर्ज केला जातो तेव्हा न्यायालय महिलांच्या आर्थिक गरजा, देयकाची पैसे देण्याची क्षमता, वय, आरोग्य, राहणीमानाच्या सवय, प्रत्येक पक्षाची कमाई इत्यादी गोष्टी पाहुन पोटगी रक्कम मंजूर करत असतात. महिलांसाठी पोटगी संदर्भातीचे कायदे लक्षात घेण्यासारखे आहेत. पोटगी संदर्भातील कायदे खालीलप्रमाणे पाहूया.

फौजदारी प्रक्रिया संहिता कलम १२५ नुसार पोटगी

फौजदारी प्रक्रिया संहिता कलम १२५ नुसार पोटगी मिळणेकामी खालील व्यक्ती न्यायालय मध्ये अर्ज करु शकतात.

१. पत्नी (*wife*)

यामध्ये पती-पत्नी यांचे लग्न कायदेशीर असावे. पत्नी हि स्वताचा सांभाळ करण्यास असमर्थ असावी. पती पत्नीला पोटगी देण्यास नकार देत असेल किंवा कोणत्याही प्रकारचा पत्नीचा सांभाळ करत नसेल. पती- पत्नी यांचा जर घटस्फोट झाला असेल आणि पत्नीने दुसरे लग्न गेले नसेल ती देखील पोटगी मागू शकते.

2. मुलगी (*Daughter*)

फौजदारी प्रक्रिया संहिता कलम १२५ नुसार मुलगी देखील आपल्या वडिलांकडून पोटगी मागू शकते. पोटगी मागताना मुलगी हि अल्पवयीन असली पाहिजे स्वताचा सांभाळ करण्यास असमर्थ असली पाहिजे. कोणतही मुलगी जी वैध किंवा अ वैध लग्न संबंधातून जन्माला आली असेल ती मुलगी देखील पोटगी मागू शकते. जर मुलगी अल्पवयीन असेल व तिचा विवाह झाला असेल तर ती मुलगी आपल्या पती कडून तसेच आपल्या वडिलांकडून देखील पोटगी मागू शकते. मुलगी जर मेजर असेल आणि तिला कोणत्यातरी मानसिक किंवा शारीरक दुखापतीमुळे स्वताचे भरणपोषण करण्यास असमर्थ असेल तर ती मुलगी आपल्या वडिलांकडून पोटगी मागू शकते मग ती मुलगी वैध लग्नातून जन्मातून आली असो अथवा अवैध लग्नातून जन्मातून आली असो ती पोटगी मागू शकते. वडील किंवा पतीकडे देखभाल करण्यासाठी पोटगी देण्यासाठी पुरेसे साधन असणे आवश्यक आहे. फौजदारी प्रक्रिया संहिता कलम १२५ नुसार लग्न झालेली मुलगी मेजर असेल तर ती तिच्या पतीकडूनच पोटगी मागू शकते.

३. आई -वडील (*Mother or father*)

फौजदारी प्रक्रिया संहिता कलम १२५ नुसार आई किंवा वडील कोणीही जे स्वतःचा सांभाळ भरण-पोषण करण्याकरिता असमर्थ असतील ते

आपल्या मुलाकडून पोटगी मिळणेकामी मे. न्यायालय येथे अर्ज करू शकतात.

प्रादेशिक अधिकार क्षेत्र (*Territorial Jurisdiction*)

S.126 CrPC नुसार, पत्नी पतीविरुद्ध पोटगी अर्ज दाखल करू शकते

१. पती ज्या ठिकाणी राहत असेल त्या हद्दीतील जवळील न्यायालय मध्ये पत्नी पोटगी अर्ज करू शकते.

२. पती किंवा त्याची पत्नी ज्या ठिकाणी राहण्यास आहे तेथील न्यायालय मध्ये पतीविरुद्ध पोटगी मिळणेकामी अर्ज करू शकता.

३. पती-पत्नी यांचे शेवटचे एकत्र राहण्याच्या ठिकाणी येथील न्यायलय मध्ये पोटगी साठी अर्ज करू शकते.

फौजदारी प्रक्रिया संहिता कलम १२५ नुसार पोटगी अर्ज हे मे. प्रथम न्यायदंडाधिकारी (*Judicial Magistrate First Class*) यांचे न्यायालय येथे चालविली जातात.

न्यायालय पोटगी रक्कम कशी ठरवते ?

पोटगीची रक्कम ठरवण्याचा काही ठराविक पद्धत नाही. पोटगी किती द्यावी हे ठरवताना न्यायालय पुढील गोष्टी विचारात घेते.

पक्षकारांचे (पती-पत्नी) समाजातील स्थान, प्रतिष्टा व आर्थिक स्थान.

पत्नी व मुलांच्या गरजा काय काय आहेत.

अर्जदाराची शैक्षणिक व व्यावसायिक गुणवत्ता काय आहे किती आहे याचा विचार केला जातो.

अर्जदारास स्वतंत्र आर्थिक उत्पन्नाचा मार्ग काय आहे. अर्जदाराकडे पैसे कोठून येतात याचा विचार केला जातो.

जर अर्जदार नोकरी करीत असेल तर तिचे पगारातून आर्थिक गरजा भागत आहेत कि नाही?

अर्जदार लग्नाअगोदर नोकरी करत होती का ? कोणती नोकरी करीत होती ? किती पगार होता ?

लग्नानंतर ती नोकरी करत होती का ?

लग्नानंतर कुटुंब, मुले आणि घरातील वयस्कर सदस्यांकडे पाहण्यासाठी तिला नोकरी सोडावी लागली का?

अर्जदारास आर्थिक साधन नसलेल्या पत्नीस कायदेशीर लढाईसाठी येणारा खर्च कोठून येतो.

तसेच पत्नीच्या नावे असलेली मालमत्ता किती आहे तसेच वडिलोपार्जित मालमत्ता किती आहे?

याशिवाय सर्वोच्च न्यायालयाने आणखी काही घटक पोटगीची रक्कम ठरवताना विचारात घ्यावेत असे सुचवले आहे. ते आपण पाहूया.

१. पक्षकारांची नोकरी व वय : पक्षकारांच्या लग्नाला किती वर्षे पूर्ण झाली आहेत. पत्नीने विवाहानंतर कुटुंबाचा सांभाळ करण्यासाठी नोकरी सोडली असेल, तर काही वर्षांच्या खंडानंतर पुन्हा नोकरी मिळावी, यासाठी तिला शिक्षण घेण्याची गरज भासू शकते.

२. पत्नीचा घराचा हक्क (राइट टू रेसिडेन्स) : सासरच्या घरात राहण्याचा हक्क पत्नीला असला, तरी कुठल्याही घराच्या संदर्भात हा हक्क लागू होत नाही. सामायिक घरात राहण्याचा हक्क मागताना, त्या घरात लग्नानंतर वैवाहिक जीवन व्यतीत करण्याच्या उद्देशाने काही काळ वास्तव्य केलेले असावे. या संदर्भात पक्षकारांचा उद्देश, घर आणि वास्तव्य या विषयीचा विचार, यावरून घर सामायिक सासरघराच्या व्याख्येत बसते, की नाही हे ठरवावे लागते. घरात नवऱ्याचा मालकी हक्क असलाच पाहिजे याची आवश्यकता नाही; तसेच पत्नीला दुसरे घर देण्याचा आदेश दिल्यास घरभाडे व तदनुषंगिक खर्च करण्याचा आदेश न्यायालय पारित करू शकते. पत्नीला काही उत्पन्न असेल, तर तिला पोटगी मिळणारच नाही, असे म्हणता येत नाही.

३. लहान मुलांना पोटगी देतानाः लहान मुलांच्या पोटगीमध्ये मुलांसाठीचा अन्न, वस्त्र, निवारा, औषधोपचार, शिक्षण या खर्चाचा समावेश असावा. कोचिंग क्लासेस व इतर क्लासेसचाही विचार करण्यात यावा; पण गैरवाजवी वा अनावश्यक खर्च होत नाही ना, याकडेही लक्ष द्यावे. सर्वसाधारणपणे मुलांचा खर्च वडिलांनी द्यावा.पोटगीची रक्कम ठरवताना वैवाहिक जोडीदार किंवा मुले यांच्यात काही गंभीर अपंगत्व असेल वा आजार असेल, तर त्यासाठी

लागणाऱ्या खर्चाचाही विचार करतात.

पोटगी कुठल्या तारखेपासून मिळावी याबद्दल तीन प्रमुख टप्पे न्यायनिर्णयांतून दिसतात.

पोटगीचा अर्ज केल्याच्या तारखेपासून.

पोटगीच्या आदेशाच्या तारखेपासून.

गैर अर्जदाराला समन्स मिळाल्याच्या तारखेपासून.

या संदर्भात सर्वोच्च न्यायालयाने

शैलकुमारी देवी व इतर वि. कृष्णन भगवान पाठक, भुवन मोहन सिंग वि. मीना, बादशाह वि. ऊर्मिला बादशाह गोडसे

या निर्णयांचा उल्लेख केला. राज्यघटनेनुसार सामाजिक न्यायदानाचे उद्दिष्ट सफल होण्यासाठी, पोटगीचा अर्ज केल्याच्या तारखेपासून पोटगी मिळावी हे योग्य ठरेल, असे सर्वोच्च न्यायालयाने स्पष्ट केले.

पोटगीच्या आदेशाची अंमलबजावणी हाही एक महत्त्वाचा विषय आहे. पोटगीच्या आदेशानुसार पोटगीचा भरणा न केल्यास, प्रतिवादीचा बचाव बेदखल (डिफेन्स स्ट्राइक ऑफ) करण्याचा आदेश न्यायालय करू शकते. पोटगीच्या आदेशाची अंमलबजावणी दिवाणी न्यायालयाच्या न्यायनिर्णयाच्या अंमलबजावणीप्रमाणेच, म्हणजे अटक, मालमत्ता विक्री इत्यादी द्वारे करता येईल.

घरगुती हिंसाचार कायद्यांतर्गत देखभाल (*MAINENANCE UNDER DOMESTIC VIOLENCE ACT*)

U/S 20 – आर्थिक मदत: यामध्ये न्यायदंडाधिकारी प्रतिवादीला कलम १२ नुसार आर्थिक नुकसान व खर्च देण्याचे आदेश करतात त्यामुळे पिडीत पत्नीला आर्थिक देखभाल खर्च मिळण्यास मदत होते. यामध्ये पत्नी सोबत तिच्या अल्पवयीन मुलांना देखील पोटगीचे आदेश करतात.

कौटुंबिक न्यायालय कायदा, 1984 अंतर्गत येणारे देखभाल / पोटगी कायदे:

पत्नी, पालक, मुलगे यांच्या पालनपोषणाच्या बाबतीत लागू होणारे विविध कायदे कौटुंबिक न्यायालय कायद्याच्या तरतुदी अंतर्गत असलेले कायदे, खालीलप्रमाणे आहेत.

(i) Code of Criminal Procedure, 1973 (Sections 125 to 128)
(ii) Family Courts Act, 1984
(iii) Hindu Adoptions And Maintenance Act, 1956
(iv) Protection of Women From Domestic Violence Act, 2005
(v) Protection of Women From Domestic Violence Rules, 2006
(vi) Hindu Marriage Act, 1955
(vii) Muslim Women (Protection of Rights on Divorce) Act, 1986
(viii) Muslim Women (Protection of Rights on Divorce) Rules, 1986
(ix) Maintenance And Welfare of Parents And Senior Citizens Act, 2007

(x) Maintenance Orders Enforcement Act, 1921
(xi) Special Marriage Act, 1954
(xii) Divorce Act, 1869
(xiii) Parsi Marriage And Divorce Act, 1936
(xiv) Dissolution of Muslim Marriage Act, 1939
(xv) Hindu Minority And Guardianship Act, 1956
(xvi) Guardians And Wards Act, 1890
(xvii) Christian Marriage Act, 1872
(xviii) Foreign Marriage Act, 1969
(xix) Muslim Women Personal Law (Shariat) Application Act, 1937
(xx) Prohibition of Child Marriage Act, 2006
(xxi) Anand Marriage Act, 1909
(xxii) Dowry Prohibition Act, 1961
(xxiii) Marriage Validation Act, 1892
(xxiv) Converts Marriage Dissolution Act, 1866
(xxv) Judicial Pronouncements of Courts

या वरील कायद्यान अंतर्गत पत्नी, पालक, मुले पोटगी मिळणेकामी मे. न्यायालय मध्ये अर्ज करू शकतात.

सदर पुस्तक हे कायद्यावर आधारित असून उच्च न्यायालय तसेच सर्वोच्च न्यायालय यांच्या निर्देशानुसार कायद्यामध्ये संशोधन होत असते त्यामुळे कायद्यात बदल झाल्यास याची सुधारित आवृत्ती प्रसिद्ध करण्यात येईल. सदर पुस्तक मध्ये कायदे हे थोडक्यात पण रोजच्या जीवनात उपयोगी पडेल या साध्या आणि सोप्या भाषेत लिहिलेले आहे. जीवनामध्ये काही कायदेशीर बाबी समजून घेण्यासाठी सुधारित कायदे पुस्तके व विधीतज्ञ याचा सल्ला घ्यावा.

धन्यवाद

नितीन मस्के

9 798888 727281 00